D1680367

அரங்கேறும் நியாயங்கள்

நாடகங்கள்

நவீன்குமார்

ராஜகுமாரி பப்ளிகேஷன்

புத்தக வெளியீட்டாளர்கள் & விற்பனையாளர்கள்

4/36, முகப்பேர் மேற்கு,

சென்னை - 600 037.

போன்: 044-2653 3605 செல்: 93808 68946

நூல் விபரம்

நூல் தலைப்பு	: அரங்கேறும் நியாயங்கள்
ஆசிரியர்	: நவீன்குமார்
மொழி	: தமிழ்
பதிப்பு விபரம்	: முதற் பதிப்பு - 2018
உரிமை	: ராஜகுமாரி பப்ளிகேஷன்
தாளின் தன்மை	: 11.6 கி.கி
நூலின் அளவு	: 14 × 22 செ.மீ. டெமி
எழுத்தின் அளவு	: 12 புள்ளிகள்
பக்கங்கள்	: 160
ISBN	: 978-93-80630-81-6
விலை	: ₹ 220 /-
வெளியீட்டாளர்	: ராஜகுமாரி பப்ளிகேஷன், 4/36, முகப்பேர் மேற்கு, சென்னை - 600 037. போன்: 044-2653 3605 செல்: 93808 68946
லேசர் அச்சு	: சு. அசோக்குமார்
அச்சிட்டோர்	: சதீஷ் பாலாஜி டெக்டோ பிரிண்டர்ஸ் சென்னை 600 102. போன்: 044-2475 7770

PRASAR BHARATI
(BROADCASTING CORPORATION OF INDIA)
ALL INDIA RADIO:TIRUCHIRAPALLI
******

No: TIR 21(5)2011-P3/ Drama / Dated: 04.08.2011

Shri. Naveen Kumar
3/32, North Street,
Naduvikottai (Po),
Pattukkottai – (TK) - 614 602.

Sir,

        Ref : Your letter dated 4.7.11.

With reference to your letter dated 4.7.11, All India Radio, Tiruchirappalli is hereby accorded permission to publish your Radio plays Broadcast over All India Radio, Tiruchirappalli. A copy of the Book may be sent to us for references.

Yours faithfully,

(S. PERIASAMY)
PROGRAMME EXECUTIVE
FOR PROGRAMME HEAD.

அணிந்துரை

முனைவர் சௌ. **இராமகிருட்டிணன்,** M.A., M.Phil., Ph.D.,
51/8, தர்மாம்பாள் நகர்,
பட்டுக்கோட்டை

யதார்த்தம் இலக்கியப் படைப்பாக பரிணமிக்கும் காலமிது. இந்தச் சமூகத்திற்கும் இளைய தலைமுறைக்கும் நம்மாலான பயன் தரும் பணி - தொண்டு ஏதேனும் செய்ய வேண்டும் என்ற உயர்ந்த நோக்கோடு ஒவ்வொருவரும் செயல்பட வேண்டும் எனும் நேரிய எண்ணம் கொண்டவர் தமிழ்மாமணி நவீன்குமார்.

அந்த வகையில் அன்புச் சகோதரர் நவீன்குமார் அவர்கள் இலக்கியப் பணியில் தன் இடையறாப் பணியைச் செம்மையாகச் செறிவாகச் செய்துவருவது பாராட்டுக்குரியது.

மேலும் தரமான பல்துறை நூல்களைத் தமிழுக்குத் தந்திருக்கிறார்.

இந்நூலில் இடம்பெற்றிருக்கும் நாடகங்கள் திருச்சி வானொலியில் ஒலிபரப்பப்பட்டு, எண்ணற்ற நேயர்களால் பாராட்டப் பெற்றவையாகும்.

இவருடைய தமிழ்த் தொண்டான எழுத்துப் பணியும், இலக்கியப் பணியும் மேன்மேலும் வளர இயற்கையை இறைஞ்சுகிறேன்.

வாழ்க தமிழ், வளர்க இவர்தம் நூல்கள்.

வணக்கம்

அன்பின்,
சௌ. இராமகிருட்டிணன்

முன்னுரை

'வேறு எந்த நூலிலிருந்து பெறும் உதவியினும் நல்லதொரு நாடகத்தினின்றே அதிகமாய்ப் பெறுகிறேன்' என்பார் மேனாட்டறிஞர் கதே.

எந்தவொரு கடினமான வேலை செய்து கொண்டிருப்பினும், அவ்வேலை தடைபெறாமல் வானொலி நிகழ்ச்சிகளை மட்டுமே கேட்டு ரசிக்கலாம்.

இந்நூலில் இடம்பெற்றிருக்கும் நாடகங்கள் அனைத்தும் சராசரி மனித வாழ்வின் இடர்பாடுகளைச் சொல்லி, அதைக் களைவதற்கான காரணங்களையும் நேயர்களின் மனதில் வித்தாக ஊன்றி, தன்னம்பிக்கையை வளர்க்கும் வண்ணம் படைக்கப் பெற்றிருக்கிறது.

இந்நாடகங்களை நூலாக வெளியிடுவதற்கு அனுமதி வழங்கிய திருச்சிராப்பள்ளி வானொலி நிலையத்தினருக்கு எனது நன்றியைத் தெரிவித்துக் கொள்கிறேன்.

அன்பிலே,
நவீன்குமார்

நடுவிக்கோட்டை

பதிப்புரை

விரைவாக விழிக்கச் செய்யும் எண்ணங்களை, கருத்துகளை உயர்த்துவதற்கு கவிதை, கட்டுரை, நாவல்களை விட நாடகமே ஒரு சிறந்த வடிவமாகும். பல்வேறு மொழிகளிலும் நாடக வடிவமே புகழ்பெற்ற காவியங்கள் உருவாகக் காரணமாக இருந்திருக்கின்றன. நாடக வரலாறு காட்டும் உண்மையிது.

இந்நூலில் இடம்பெற்றிருக்கும் நாடகங்கள் அனைத்தும் திருச்சி வானொலியில் ஒலிபரப்பானவை. அனேக நாடகங்கள் நேயர்களின் விருப்பத்திற்கிணங்க மறு ஒலிபரப்பாகி நாடகக் கலாரசிகர்களை மகிழ்வித்திருக்கிறது; மாணவர்கள் மட்டுமல்ல, எல்லோரும் படித்துப் பயன்பெறும் வகையில் இனிய எளிய நடையில் எழுதப் பெற்றிருப்பது இவ்வாசிரியரின் திறமையைப் பறைசாற்றுவன.

நசித்து வரும் நாடகக் கலை வளரவும், செழிக்கவும், வாசகர்கள் தங்களது நல்லாதரவை தந்துதவுவார்கள் என்று நம்புகிறோம்.

- **பதிப்பகத்தார்**

8

உள்ளே...

விழுதுகள்	9
புதிய கீதை	34
அரங்கேறும் நியாயங்கள்	48
இனிய குடும்பம்	60
புதுமைப்பெண்	72
எல்லை மீறிய ஆசைகள்	82
தொடரும் உறவுகள்	94
எங்கே போகிறோம்?	111
காத்திருக்கும் சீதைகள்	123
உறவுகள்	133
ஏடு தேடிய தமிழ்ப் பயணம்	144

விழுதுகள்

காட்சி - 1

பங்கேற்போர்: கந்தசாமி, கமலா

கந்தசாமி : *கமலா, ஏய் கமலா, என்ன பண்றே அடுப்படியிலே? சத்த வெளியிலதான் வாயேன்.*

கமலா : *ஏங்க இப்படி கத்துறீங்க... வயசானா எல்லா ஆம்பளங்களும் இப்படித்தான் இருப்பாங்கன்னு கண்ணம்மா சொன்னது சரியாத்தான் இருக்கு.*

கந்தசாமி : *அதானே கேட்டேன். எப்பவாச்சும் சொந்தமா சிந்திச்சு நீ சொல்லியிருக்கியா... அவங்க அப்படிச் சொன்னாங்க, இவங்க இப்படிச் சொன்னாங்க... இதே பொழப்பு உனக்கு. சரி, சரி விஷயத்துக்கு வாரேன். நம்ப பையன பாக்க நன்னிலத்தில் இருந்து வர்றேனாங்களே... இன்னிக்குத்தானா அது?*

கமலா : *அதுக்குள்ளாற மறந்துட்டீங்களா, ஆமாங்க. விசாரித்துப் பாத்த வகையில் அவங்க நல்ல வசதி படைச்சவங்கன்னு தெரியுது. நமக்கு ஒத்து வருமா?*

கந்தசாமி : ஒத்து வராம என்ன! நம்ப பையன் பெரிய படிப்பு படிச்சிருக்கான். நல்ல அழகாவேற இருக்கான் ராஜாவாட்டம்! நம்ப பையன் ரகுவுக்கு இதை விடவும் பணக்காரங்க பொண்ணு குடுக்க நா, நீ என்று தயாரா இருக்காங்க தெரியுமா?

கமலா : நம்ப தகுதியை மீறி பொண்ணு எடுத்தா அது நல்லாவா இருக்கும்? அவசரப்பட்டு எந்த முடிவுக்கும் வரக்கூடாதுங்க. வீடு கூட சின்னதா இருக்கு. எனக்கு என்னமோங்க... இந்த சம்மந்தம் ஒத்து வராதுன்னுதான் தோணுது.

கந்தசாமி : நீ வேறே, உலகம் தெரியாதவளா இருக்கே... சின்னச் சின்ன வேலை செய்யறவங்க எத்தனையோ பேரு தன் பிள்ளைங்கள பெரிய படிப்பு படிக்க வச்சிருக்காங்க! நம்மைப் பொறுத்தவரை எம்.ஏ., படிப்பு பெரிய படிப்புத்தானே!

கமலா : அதெல்லாம் சரிதான்... இந்தக் கிராமத்தில் வந்து அந்தப் பொண்ணு இருக்குமா? அதுவும் பணக்கார வீட்டு, ஒரே பொண்ணு. ஏகப்பட்ட சொத்துப்பத்து இருக்குதான். சமையலுக்குக்கூட அவங்க வீட்டிலே ஆள் வச்சு சமைக்கிறவங்க... நமக்கு ரகு ஒரே பிள்ளை. நல்லா யோசிச்சு பதில் சொல்லுங்க.

கந்தசாமி : நீ சொல்றது ஒருவகையில் சரிதான். இதுபற்றி பொண்ணு வீட்டுக்காரங்ககிட்ட பேசிறுவோம். நமக்கு கடைசி காலத்துல உதவுறதுக்கு ஒரே மகனைத்தானே பெத்து வச்சிருக்கோம். அவங்களும் நல்லவங்கதான்னும் என் நண்பர் ராமசாமி சொல்லியிருக்கிறார்.

கமலா : நல்லா ஆற அமர யோசிச்சு முடிவச் சொல்லி அனுப்புங்க. அவசரப்பட்டு வாக்கு கொடுத்திட்டு, பின்னாடி அல்லாட வேண்டாம்.

கந்தசாமி : 'காரு வர்ற சத்தம் கேக்குது...' வெளியே போய்ப் பாரு. நீ சொல்றதை பின்னாடி யோசிச்சுக்குவோம்.

கமலா : ஆமாங்க... அவங்கதான் வர்றாங்க. நம்ப வீட்டை நோக்கித்தான் காரும் வருது. இந்த நேரம் பார்த்து எங்கே போயிட்டான் ரகு?

கந்தசாமி : எங்கே போவான்... லைப்ரரிக்குத்தான் போய் இருப்பான். வந்துருவான்... வந்துருவான்... முதல்ல வர்றவங்கள கவனிப்போம். உள்ளே போயி டிபனுக்கு ரெடி பண்ணு... போ... போ...

கமலா : சரிங்க.

காட்சி - 2

பங்கேற்போர்: கந்தசாமி, கமலா, பெண்ணின் தகப்பனார் மாசிலாமணி, பெண்ணின் தாயார் ரஞ்சிதம்.

(வாசலில் கார் வந்து நிற்கிறது. பெண் வீட்டார் இறங்கி உள்ளே வருகிறார்கள்)

கந்தசாமி : வாங்க... வாங்க... எல்லாரும் வாங்க... பயணமெல்லாம் நல்லா இருந்துதா?

மாசிலா : இருந்ததுங்க... கிராமமா இருந்தாலும், பசுமையா, ஒரே சுத்தமா, அழகான கிராமம் இதுதாங்க... இங்கே இருக்கிற அமைதியும், மற்றவங்கள மதிக்கிற தன்மையும் டவுன்லே ஏதுங்க. நீங்க நிக்கிறீங்களே... முதல்ல உக்காருங்க. நீங்களும் உக்காருங்கம்மா.

கமலா : பரவாயில்லங்க... முதல்ல தண்ணி குடிங்க. உங்களுக்கு... மெதுவா... மெதுவா...

மாசிலா : அப்பாடா, மினரல் வாட்டர் மாதிரி என்னமா இருக்கு. கிராமத்தில் வாழ்றவங்களெல்லாம்

கொடுத்து வச்சவங்கன்னுதான் சொல்லணும். என்ன சொல்றீங்க?

கந்தசாமி : ரொம்ப மகிழ்ச்சிங்க...

மாசிலா : உக்காருங்க கந்தசாமி. இது பிரமிளா. என்னோட தங்கச்சி. இவ எனது மனைவி ரஞ்சிதம். பொண்ணு எங்கேன்னுதானே தேடறீங்க... அவ காலேஜுக்குப் போயிருக்கா. உங்க பையன அவ ஒரு திருமணத்தில பார்த்திருக்கா... அதான் வரல.

கந்தசாமி : பரவாயில்ல... வழக்கமா மாப்பிள்ளை வீட்டுக் காரங்கதான் பொண்ணு வீட்டுக்குப் போய் பொண்ணு பார்க்கிறது வழக்கம். இது வித்தியாசமா இருக்கு.

மாசிலா : காலத்துக்கு தகுந்த மாதிரி நாம மாறிக்கிட வேண்டியதுதானே. என்னம்மா சொல்றீங்க?

கமலா : நீங்க சொல்றது சரிதாங்க. முதல்ல டிபன் சாப்பிட்டுட்டுப் பிறகு பேசலாமே.

மாசிலா : அதுக்கென்ன இப்ப அவசரம்... முதல்ல உங்களுக்கு இந்த சம்பந்தம் புடிச்சிருக்கா? அத முதல்ல சொல்லுங்க.

கந்தசாமி : எல்லாமே என்னோட நண்பர் ராமசாமி தெளிவா சொல்லிட்டார்.

மாசிலா : உங்க தூரத்து உறவாமே ராமசாமி... நல்ல மனுஷன். சிரமப்பட்டு பையன வளர்த்து படிக்க வச்சிருக்கீங்க...

கந்தசாமி : நாங்க எங்க படிக்க வச்சோம். குடும்ப சூழல உணர்ந்து அவனும் படிச்சான். எங்களுக்கு அவ்ளவா படிப்பு கொடுக்க ஆளில்லை. அவனாவது நல்லா இருந்தா சரி. அவனாலதான் எங்க குடும்பம் உயரணும்.

மாசிலா : நிச்சயம் உயரும். அதுக்குத்தானே நாங்க வந்திருக்கோம். பையன எங்க காணோம்?

கமலா : லைப்ரரிக்கு போயிருக்கான். இங்கே பொழுது போக்க வேறு இடம் இல்ல. ஊர்ப்புற நூலகம்தான் இப்ப படிச்ச பையன்களுக்கு பொழுது போற இடமா இருக்கு. நல்ல புத்தகங்கள்தானே ஒருத்தரை உயர்த்தும்.

ரஞ்சிதம் : நல்லாவே சொன்னீங்க... கிராமம்கூட இப்ப நல்லா வளர்ச்சியடைஞ்சிருக்கு.

கமலா : அதோ ரகு வந்துட்டான்... ரகு இவங்கதான் நான் சொன்ன பொண்ணு வீட்டுக்காரங்க... நன்னிலத்திலேருந்து வந்திருக்காங்க...

ரகு : வணக்கங்க... வாங்க.

கந்தசாமி : கமலா, டிபனெல்லாம் எடுத்து வச்சிட்டியா? சாப்பிட்டுட்டுப் பேசுவோமே.

கமலா : ரெடியா இருக்குங்க... அதோ வாஷ் பேசின். கை அலம்பிட்டு வாங்க... எழுந்திருங்க...

(அனைவரும் சாப்பிடுகிறார்கள்)

மாசிலா : எல்லாமே நல்லா இருந்துச்சு... நாங்க எங்க முடிவைச் சொல்லிட்டோம். உங்க முடிவை சீக்கிரம் சொல்லிட்டா ஒரு நல்ல நாளில் நிச்சயதார்த்தம் வைத்து, ஆனி மாதம் முதல் முகூர்த்தத்திலேயே கல்யாணத்தை முடிச்சிடலாம். என்னங்க நான் சொல்றது?

கந்தசாமி : சரிங்க... சந்தோஷம்.

மாசிலா : அப்போ நாங்க வர்றோம்... வர்றோம் தம்பி... வரட்டுங்களா!

கந்தசாமி, கமலா, ரகு : போயிட்டு வாங்க.

காட்சி - 3

பங்கேற்போர்: கந்தசாமி, கமலா, ரகு

ரகு : அம்மா, என்னம்மா நீங்க விவரம் புரியாம. படிச்சிருந்தா போதுமா? நிரந்தர வேலை வெட்டி எதுவும் கெடைக்கிறதுக்கு முன்னாடி கல்யாணத்தை பற்றி பேச வேண்டாம்னு எத்தனை தடவை சொல்லியிருக்கேன். இந்த ஏற்பாடெல் லாம் எனக்கு சுத்தமா பிடிக்கலே.

கமலா : ஏண்டா சிடுசிடுக்கிறே... எவ்வளவு காலந்தான் இப்படியே இருப்பே ரகு. வாடிப்போன முகத் தோட தூணில சாய்ந்துகிட்டு மோட்டுவளையே பாத்துக்கிட்டிருக்கிற உன்னை இதே நிலையில பாக்குற தைரியம் எங்களுக்கு இல்லேப்பா... காலா காலத்துல நல்லது நடக்க வேணுமில்லயா?

(அப்பா கந்தசாமி வெளியிலிருந்து வருகிறார்)

கந்தசாமி : அம்மாவும் பிள்ளையும் என்னத்தப்பத்தி இவ்வளவு காரசாரமா பேசிக்கிட்டு இருக்கீங்க? ரகு, பொண்ணோட தகப்பனார் மாசிலாமணி நன்னிலத்திலே பெரிய புள்ளி. அவங்களே முன்வந்து சம்பந்தம் பேசறபோது விட்டுடலாமா? நல்லா யோசனை பண்ணிப்பாரு. நீயே அவரு பொண்ணு சவீதாவை ஒரு திருமணத்தில பாத்திருக்கிறே. அழகா, படிச்சவளாவும் இருக்கா.

ரகு : சரிதான்ப்பா... பணக்காரங்களா இருக்காங்களே. சரிப்பட்டு வருமா? பணத்துக்கு அடிமை யாயிட்டா அதுல இருந்து மீள்றது கஷ்டம்ப்பா.

கமலா : நாமா ஒண்ணும் தேடிப்போகலயே... இயற்கையா அமைச்சுக் கொடுக்குற நல்ல வழியை நாம ஏன் தவற விடணும்? எங்களுக்கு வயசாகிப் போச்சு... வரவர எனக்கும் முடியல...

கந்தசாமி : கேட்டியா ரகு, உங்க அம்மா சொல்றத... நீ படிச்சவன். நம்ம நிலையை உணர்ந்து யோசிச்சு நல்ல முடிவா சொல்லு.

கமலா : வந்தவங்க வரனை எங்களுக்கும் பிடிச்சிருக்கு. நீங்க பெண் பார்க்க எப்போ வர்றீங்கன்னு சொல்லிட்டுப் போயிட்டாங்க... சாதகம், சூழ்நிலை எல்லாமே ஒத்திருக்கு. நாம பொண்ணத்தான் கட்டிக்கிட்டு வர்றோம்... அவங்க பணத்தையல்ல...

கந்தசாமி : ஆமா ரகு, நீங்க சம்மதப்பட்டா அடுத்த மாதமே கல்யாணத்தை வச்சிக்கலாம். எங்களுக்கு ஆட்சேபணை இல்லேன்னும் தெளிவா சொல் லிட்டுப் போயிட்டாங்க.

ரகு : (யோசித்தவாறு) உங்க ரெண்டு பேரைத்தவிர எனக்கு யாரு இருக்கா... நீங்க சொன்னா சரிதான். தலையெழுத்து எப்படியிருக்கோ யாருக்குத் தெரியும். நடக்கிறது நடக்கட்டும்.

கமலா : இப்பதாண்டா சந்தோஷமா இருக்கு.

காட்சி - 4

பங்கேற்போர்: ரமணன், ரகு

ரமணன் : என்ன ரகு... முகத்தை உம்முன்னு வச்சிக்கிட்டு வர்றே... பெரிய இடத்தில அழகா படிச்ச பொண்ணு கிடைச்சிருக்கு. ஜாலியா இல்லாம ஏன் இப்படி இருக்கே?

ரகு : விசாரிக்கிறதுக்குள்ளே எல்லாமே முடிஞ்சு போச்சு ரமணன். முகத்தைப் பார்த்து பழக்கத்த வச்சு இந்தக் காலத்துல நம்ப முடியாது.

ரமணன் : எல்லாரையும் அப்படி எடை போட முடியுமா? தோற்றத்தை வச்சுத்தானே முடிவு எடுக்க

வேண்டிய சூழ்நிலை ரொம்பப் பேருக்கு வாய்க்குது. வசதியிருக்கிறதுனாலே உனக்கு நன்மைதானே? எல்லா நேரத்திலும் புத்திசாலித் தனமா சிந்திக்கவும், செயல்படவும் தெரிஞ்சிருந்தா வாழ்க்கை இனிக்கவே செய்யும்.

ரகு : பேசறதுக்கு நல்லாத்தான் இருக்கு ரமணன். அவங்க ஆடம்பரத்தையும் அந்தஸ்த்தையும் பார்க்கிறப்போ பயமாகவே இருக்கு.

ரமணன் : நீ படிச்சிருக்கே. எல்லாவற்றையும் மாற்றிவிட முடியாதா? யோசித்துப் பாருப்பா.

ரகு : எங்க சித்தி பையனுக்கு மூணு வருஷத்துக்கு முந்தி ஒரு வசதியுள்ள குடும்பத்தில சம்பந்தம் பண்ணி கோர்ட் வரையில போயிட்டுது. முதல்ல எல்லாருடனும் நல்லா அனுசரிச்சு வந்தவ, திடீர்னு சின்ன பிரச்சினை வந்ததும் எல்லாத்தையும் தூக்கி எறிஞ்சிட்டு தகப்பன் வீட்டுக்குப் போனவதான். விவாகரத்து நோட்டீஸ் வந்தப்பதான் அவங்க பணக்கார திமிரு வெளிய தெரிஞ்சிச்சு.

ரமணன் : அதே மாதிரி எல்லாருக்கும் நடக்கும்னு நினைக்கிறது தப்பு. அது சரி, அப்ப இதுக்கு ஏன் ஒத்துக்கிட்ட... கூழுக்கும் ஆசை, மீசைக்கும் ஆசையா? இல்ல, சவீதா அழகிலே மயங்கிட்டியா?

ரகு : ஒருதரம் நான் அவளப் பார்த்தபோது அவ அழகுல மயங்கினது உண்மைதான். ஆனா இவ்வளவு வசதியா இருக்கான்னு தெரிஞ்சதும் யோசிக்க வைத்ததும் எதார்த்தம். அடுத்தபக்கம் அப்பா, அம்மாவோட திருப்திக்காக ஒத்துக்கொள்ள வேண்டியதாகவும் ஆயிடுச்சு. அவங்க ஏமாற்றத்தை என்னால தாங்கிக்கவும் முடியல. சித்தி பையன் நிலைமை எனக்கும் ஆயிடுமோங்கிற ஊசலாட்டம் ஒருபக்கம்.

ரமணன் : அடுத்தவங்கள சந்தோஷப்படுத்துவதற்காக நாம வாழக்கூடாது ரகு. அதே நேரத்தில யாராவது புகழ்ந்தாலும் அடிமைப்படக் கூடாதுன்னு உனக்குத் தெரியாதா? உங்க மாமனார்தான் ஒரு பிரைவேட் கம்பெனியில உன் படிப்புக்கு ஏத்த மாதிரி வேலை வாங்கித் தர்றதா சொல்லியிருக் காராமே.

ரகு : நீ சொல்றது என்னமோ ஒருவகையில உண்மைதான். அவங்க பணத்தாலே என்னை அடிமைப்படுத்திடக் கூடாதேன்னு பயமாகவும் இருக்கு.

ரமணன் : ரகு, இருக்கிற நிலையில் பார்க்கின்ற வேலையில் திருப்திபட்டுக்க வேண்டியதுதான் நல்லது. நல்லா படிச்சிருக்கிற உனக்கு அதிகமா அறிவுரை சொல்றேன்னு தவறா நினைக்காதே.

ரகு : நட்புக்கு உரிமை உண்டு ரமணன். என்னவானாலும் பரவாயில்ல, பார்ப்போம். நம்ம காலேஜ் லைஃப்லே தமிழ் பேராசிரியர் தனபாண்டியன் சொன்னது இன்னைக்கும் பொருந்துவதாகவே இருக்கு.

ரமணன் : என்னப்பா சொன்னாரு? எனக்கு மறந்தே போச்சு.

ரகு : நான்கு பேருக்கு முன்னாடி உங்களையும் மதிப்பிற்குரிய ஆளாக காட்டிக்கொள்ள வேண்டும். அதற்கு நிறைய விஷய ஞானம் வேண்டும். படிப்பினாலும் கேள்வித் திறனாலும் அது வளரும் என்பார்.

ரமணன் : ஆமா ரகு. இப்பத்தான் எனக்கும் நினைவுக்கு வருது. எல்லா நேரத்திலும் புத்திசாலித்தனமா சிந்திக்கவும் செயல்படவும் தெரிந்திருக்க வேண்டும் என்பதையும் கூட அழகா சொன்னவர் பேராசிரியர் தனபாண்டியன். சரி, லைப்ரரி பூட்ற நேரம் வந்தாச்சி, வா போகலாம்...

ரகு   : ரமணா, கல்யாணத்துக்கு முதல் நாளே உன்னை எதிர்பார்ப்பேன். வந்திருப்பா.

ரமணன்   : ஓ... நான் இல்லாமலா... வந்துர்றேன்... வந்துர்றேன்... தைரியமா தாலிய கட்டு. பயப்படாதே.

ரகு   : எல்லாரும் சேர்ந்து என்னை குழப்பி விட்டுட்டீங்க... விதி விட்ட வழி.

காட்சி - 5

பங்கேற்போர்: கந்தசாமி, ராமசாமி, கமலா, ரகு

(அடுத்து வந்த ஆனி மாத முதல் முகூர்த்தத்திலேயே சவீதாவுக்கு வாழ்க்கைப்பட்டு போனான் ரகு)

கந்தசாமி : வா ராமசாமி... உன் உதவியாலும் ஒத்துழைப்பாலும் கல்யாணம் நல்லபடியா நடந்து முடிஞ்சிடுச்சு. ஆனா அந்தப் பொண்ணு வசதியான வீட்ல பொறந்து வளர்ந்தது. நம்ம கிராமத்துச் சூழ்நிலை பிடிக்கலே.

ராமசாமி : ஏம்ப்பா, என்ன ஆச்சு... சந்தோஷமாத்தானே இருந்துச்சு... கொஞ்ச நாளைக்கு அப்படித்தான் இருக்கும். புது இடம், புதிய மனிதர்கள், எல்லாம் சரியாயிடும். புரிஞ்சுக்க நேரம் வர வேண்டாமா?

கந்தசாமி : ஒரு வாரம் வரைக்கும் நல்லாத்தான் எல்லாரிடமும் பழகிச்சு... நாள் ஆக ஆக பேச்சையே கொறச்சிருச்சு.

ராமசாமி : புதுசா கல்யாணம் ஆகி வர்ற எல்லாப் பொண்ணுங்களும் இப்படித்தாம்பா... பெரிசா எடுத்துக்காதே.

கந்தசாமி : அதுக்கில்லப்பா... தன்னோட மாமியாரைக்கூட 'மாமி'ன்னு சொல்றதில்ல... சரியா பேச மாட்

டேங்கறது. இங்க நாத்தனாரா, கொழுந்தன்களா! அது சுதந்திரமா இருக்கலாம்லே.

ராமசாமி : அப்படியா?

கந்தசாமி : ஆமா ராமசாமி, எனக்கென்னமோ அவசரப் பட்டுடேன்னுதான் நினைக்கத் தோணுது. குடும்பத்தோட ஒத்துப் போகும்கிற நம்பிக்கை இல்லை.

ராமசாமி : கொஞ்சம் பொறுமையா இருங்க. இந்தக் காலத்துப் பொண்ணுங்களே அப்படித்தான். அது சரி, 'மொய்' எவ்வளவு விழுந்துச்சு.

கந்தசாமி : யாருக்குத் தெரியும். ரகுகிட்டதான் இருந்தது.

ராமசாமி : கல்யாணத்துக்கு கேட்கறீங்கன்னு வட்டி கூட வேண்டாம்னு பணம் புரட்டிக் கொடுத் திருக்கேன். ரகுகிட்ட பேசி எப்படியாவது திருப்பிக் கொடுக்க முயற்சி செய்யுங்கள்.

கந்தசாமி : உங்கள விட்டா எனக்கு யார் இருக்கா ராமசாமி. சீக்கிரமா தந்திடறேன்... கொஞ்சம் பொறுத்துக்கிங்க.

ராமசாமி : உங்க உழைப்பை நேர்மையை நான் மட்டுமல்ல, இந்த ஊரே நம்பும்.

கந்தசாமி : சம்பந்தி கொடுத்த பணத்தையும் ரகுதான் வச்சிருக்கான். கல்யாணம் நடந்து பத்து நாளாச்சு. நானும் கேட்கலே. அவனும் கொடுக்கலே. அவனா கொடுப்பான்னு பொறுமையா இருக்கேன்.

ராமசாமி : உங்கிட்டே கொடுக்காம பின்னே யாருகிட்ட கொடுக்கப் போறான்... மனைவி வந்த சந்தோஷத்துல இத மறந்திருப்பான். குடும்பம் இருக்கும் நிலை அவனுக்குத் தெரியாததல்ல.

கந்தசாமி : குடும்பக் கஷ்டத்த உணர்ந்தவன்தான்... இப்ப இருக்கிற காலத்துல யாரு எப்ப மாறுவாங்க என்று தெரியவில்லை. கமலா கூட கேட்டு வாங்கி, கொடுக்க வேண்டிய கடன்களைக் கொடுக்கச் சொன்னா. நாந்தான் கொஞ்சம் பொறுன்னு அடக்கி வச்சிருக்கேன்.

ராமசாமி : ரெண்டு நாள் பாரு, இல்ல நேரிடையா கேட்டுரு.

கந்தசாமி : கமலா... கமலா ரகு எங்கே?

கமலா : தூங்கிக்கிட்டிருக்கான்.

கந்தசாமி : எழுந்ததும் நான் கூப்பிட்டதா சொல்லு.

கமலா : சரிங்க... இதோ அவனே எழுந்து வர்றான். கேட்டுக்குங்க.

ரகு : என்னப்பா கூப்பிட்டீங்களா?

கந்தசாமி : ஆமாம்ப்பா... கல்யாணத்துக்கு வாங்கின சின்னச் சின்ன கடன்களை அடைக்கணும். உன் மாமனார் கொடுத்த பணத்தையும் மொய்யையும் கொடு.

ரகு : அப்பா, அந்தப் பணத்தை வச்சுதான் ஒரு தொழில் துவங்கலாம்னு இருக்கேன். மாமாவும் அதற்கு சம்மதம் சொல்லியிருந்தார். வேற இடத்துல பணத்தைப் புரட்டி கடனை அடச்சிருங்க.

கந்தசாமி : என்னப்பா சொல்ற நீ. இப்ப போய் நான் யாருகிட்ட கேட்க. கல்யாணம் முடிஞ்சு பத்து நாள்தான் ஆகுது. யாரு கொடுப்பா?

ரகு : சவீதாவும் மாமாவும் சொன்னதை வச்சுதான் சொல்றேன்.

கந்தசாமி : உன் மாமனார்தான் அவருக்கு தெரிஞ்ச கம்பெனியில வேலை வாங்கித் தர்றேன்னு சொன்னாரே.

ரகு : ஒருத்தருக்கிட்ட கைகட்டி, அடிமை வேலை பாக்க வேண்டாம். சுயமா தொழில் செஞ்சாத்தான் எனக்குப் பெருமைன்னு மாமா சொல்றாருப்பா.

கந்தசாமி : சரி, அவரு மூலமா ஒரு தொகையைப் புரட்டிக் கொடுக்கக்கூடிய சக்தி இருக்கே. இந்தப் பணத்தையா கேட்டார்?

ரகு : அவருகிட்ட உடனே கேட்கிறது நல்லவா இருக்கும். நம்ம பங்குன்னு ஒரு தொகையை நாம கொடுக்க வேண்டாமா?

கமலா : என்ன பேசற நீ. அதுக்குள்ளாற மாமனார் சொன்னதை கேட்க ஆரம்பிச்சிட்டே... அப்பா படுற கஷ்டம் உனக்குத் தெரியாதா ரகு?

ரகு : இந்தப் பணத்தைக் கொடுத்தா உங்க கஷ்டம் எல்லாம் தீர்ந்திடுமா?

கமலா : என்னங்க... ரகு இப்படியெல்லாம் பேசறான். எனக்கு ஒண்ணுமே புரியலே. தலை வெடிச்சிடும் போல இருக்கே.

கந்தசாமி : நீ சும்மா இரு, அதெல்லாம் கொடுத்திடுவான். விளையாட்டாத்தானே ரகு பேசினே?

ரகு : இல்லப்பா... சீரியஸாகவே சொல்றேன். ஒரு காசுகூட இதுல இருந்து தர்றதாயில்ல.

கந்தசாமி : இப்படியெல்லாம் பேச எப்படிடா கத்துக் கிட்டே... தலையணை மந்திரமா?

ரகு : அனாவசியமா சவீதாவை ஏன் இழுக்கறீங்க... இந்த பத்து நாள் நம்ம வீட்டிலே அவ இருக்கிறதே பெரிசு.

கமலா : என்னப்பா இப்படியெல்லாம் சொல்றே... வயதான காலத்துல நீ காப்பாத்துவே என்கிற

நம்பிக்கையோட இருக்கிற எங்களிடம் இது மாதிரி பேசுறியே.

ரகு : உங்களுக்குன்னு ஒரு தொழில் இருக்குல்ல... அத செஞ்சு பொழச்சுக்க வேண்டியதுதான்.

கந்தசாமி : சந்தோஷமப்பா... நல்ல புத்தி கொடுத்தே. சரி முடிவா இப்ப என்ன சொல்றே?

ரகு : நளைக்கு நானும் சவீதாவும் நன்னிலத்துக்கே போயிடறதா முடிவுக்கு வந்திருக்கோம். இனிமே இங்கு இருக்க மாட்டோம்.

கந்தசாமி : இதுதான் உன் முடிவா?

ரகு : ஆமா, மாமனார் கொடுக்கிற இந்த சந்தர்ப்பத்தை முழுசா பயன்படுத்தினாத்தான் முன்னேற முடியும்.

கமலா : அவனுக்கிட்ட என்னங்க பேச்சு... முடிஞ்ச வரைக்கும் போராடி ஜெயிப்போம். எல்லாத்தையும் இழந்து வருவான் பாருங்க... சரி நீங்க சாப்பிட வாங்க... (கண் கலங்குகிறது)

காட்சி - 6

பங்கேற்போர்: கந்தசாமி, கமலா, ராமசாமி

கமலா : நீங்க ஏன் கண் கலங்கறீங்க? உடல்ல வலு இருக்கிற வரைக்கும் உழைச்சு சாப்பிடுவோம். விட்டுத் தள்ளுங்க. கழுதை எக்கேடு கெட்டாவது போகட்டும்.

கந்தசாமி : பொண்டாட்டி வந்ததும் பாசமும் பறந்து போயிடும்னு அனுபவப்பட்டவங்க சொன்னது எவ்வளவு உண்மை. புள்ளயே இல்லாம இருந்திருக்கலாம். வெந்த புண்ணிலே வேலப் பாய்ச்சிட்டானே... வா... ராமசாமி... உக்காரு.

கமலா : வாங்கண்ணே... இப்ப இருக்கிற சொந்தமே நீங்க ஒருத்தர்தான்.

ராமசாமி : என்ன இவ்வளவு லேட்டா சாப்பிடறே?

கமலா : அதை ஏன் அண்ணே கேக்கறீங்க. காலக்கொடுமை. ரகு பண்ணுணதை நீங்க கேட்டா வருத்தப்படு வீங்க.

ராமசாமி : படிச்சவன் கொஞ்ச நாள்லே எல்லாமே தெரிஞ்சுடும். தெளிஞ்சுடும் கவலைப்படாதீங்க. ஏன்ப்பா கண் கலங்கறே. என்ன வந்துருச்சு இப்ப. இதுகூட புது அனுபவமா எடுத்துக்க வேண்டியது தான்.

கந்தசாமி : நீ சொன்னதுனால்தான் இந்த சம்பந்தத்துக்கே ஒத்துக்கிட்டேன். இப்ப தலைகீழா மாறிடுச்சு. கடன ஒடன வாங்கிக் கல்யாணம் செஞ்சது தப்பாப் போயிடுச்சு.

ராமசாமி : பணத்தை கொடுக்க மாட்டேன்னு சொல்றானா?

கமலா : ஆமாண்னே. சொன்னதோட மட்டுமல்லாது இன்னைக்கு காலையிலேயே பொண்டாட்டியை கூட்டிக்கிட்டு எங்ககிட்ட சொல்லாம கொள்ளாமல் கிளம்பிப் போயிட்டான்.

ராமசாமி : என்னம்மா இது. ஆச்சரியமா இருக்கே.. ரகுவா அப்படி செஞ்சான். அவனோட கூட்டாளி ரமணன்கூட ரகுவப் பத்தி பெருமையா சொன்னானே... எப்படி இப்படியெல்லாம் மாறிப் போனான். நீ ஏம்மா கண் கலங்குற?

கந்தசாமி : ஒரே பிள்ளையின்னு ஊட்டி வளர்த்து, படிக்க வச்சு நல்ல இடத்துல கல்யாணமும் செஞ்சு வச்ச எங்களுக்கு நல்ல பரிசா கொடுத்திட்டான் என் மகன் ரகு. அவன விட்டா எங்களுக்கு வேற கெதி.

கமலா : எங்கண்ணே அவன் மாறப் போறான். பணமும் பகட்டும் பிடிக்காதவன் மாதிரி எப்படியெல்லாம் பேசினவன் இப்படி மாறிட்டானே.... கடன்காரியா ஆயிட்டேனே...

ராமசாமி : என்னோட கடனப் பத்தி கவலைப்படாதீங்க. மெதுவாக வாங்கிக்கிறேன். இப்ப நீ கொஞ்சம் அமைதியா இரும்மா. அது போதும். வயசான காலத்துல மனசைப் போட்டு அலட்டிக்காதீங்க. அதுவே நோயாயிடும்.

கந்தசாமி : நாணயமெல்லாம் போயிடுச்சே ராமசாமி. இவ்வளவு கடனை எப்போ அடைக்கப் போறேன்.

ராமசாமி : அடடா... அதயே திருப்பித் திருப்பி சொல்லாதே. நாந்தான் மெதுவா வாங்கிக்கிறதா சொல்லிட் டேனே... ரெண்டு பேருமே இப்படி ஒடஞ்சிட்டா எப்படி.

கமலா : அண்ணே, கொஞ்சம் இருங்க. காபி கலந்து எடுத்துக்கிட்டு வர்றேன்.

ராமசாமி : வேண்டாம்மா... இப்பத்தான் சாப்பிட்டுட்டு வர்றேன்.

கமலா : நானும் யோசிக்காம புள்ள நல்லா இருந்தா போதும்னு இந்த சம்பந்தத்தை ஒத்துக்கிட்டது தப்பாவே போச்சு.

ராமசாமி : என்னாலதானே இது நடந்தது. நான் விசாரிக்காம உங்க குடும்பத்தில குழப்பத்த உண்டாக் கிட்டேன்... என்னை மன்னிச்சிடுங்க.

கந்தசாமி : நம்ம யாரு மேலயும் தப்பில்லே... படிச்சவனே இப்படிப் பண்ணுவானா? நம்ம புள்ளயத்தான் சொல்லணும். அவங்கள குறை சொல்லிப் பிரயோசனமில்ல.

ராமசாமி : உங்க சம்பந்திக்கும் இதுல பங்கு இருக்கு. ஒரே புள்ள, நீங்க அப்பா அம்மாவை நல்லா கவனிக்கணும்னு மாப்பிள்ளைகிட்ட சொல்லணுமில்லையா?

கந்தசாமி : பணத்தாலே அடிச்ச இதயம் உள்ளவங்ககிட்ட தர்ம நியாயம் கிடைக்காது ராமசாமி. பத்து நாளா அரிசிக் கடைக்குப் போகல. இருக்கிற இந்த வீட்டையும் அவனோட படிப்பு செலவுக்கு அடமானம் வச்சாச்சு. இதுவும் போயிடும் போலிருக்கு. ஒரே கவலையா இருக்கு.

ராமசாமி : அதெல்லாம் ஒண்ணும் ஆகாது. பேசாம இருங்க... பார்த்துக்கலாம்.

கமலா : எப்படி அண்ணே இருக்க முடியும்? என்னைவிட அவருதான் அதிகமா பாதிச்சிருக்காரு. வெளியிலே அவருக்கு இருக்கிற மரியாதை எல்லாம் காத்தில பறந்திடும் போல இருக்கு.

ராமசாமி : நீ வேணாப் பாரு. மாமியார் வீட்டோட ஐக்கியமாகிப் போற அளவுக்கு ரகு முட்டாள் இல்லே. என்னதான் சுயமா சம்பாத்தியம் இல்லேன்னாலும் அடுத்தவரை அண்டி வாழற குடும்பம் உங்களோடது இல்ல... நல்ல சுயமரியாதை உள்ள குடும்பம். கொஞ்ச காலம் போன பிறகு தானா திரும்பி வருவான் பாருங்க.

கந்தசாமி : ராமசாமி எங்கள திருப்திபடுத்த நீ படற பாடு எங்களுக்கு நல்லாவே தெரியுது.

ராமசாமி : என்னப்பா பண்றது. இந்த கல்யாணத்துக்கு பிள்ளையார் சுழி போட்டவனாச்சே நான். உங்க கஷ்டத்துல நானும் பங்கு பெற வேண்டாமா? நானே ஒரு தடவை நன்னிலம் போயிட்டு வரட்டுமா?

கந்தசாமி : அதெல்லாம் வேண்டாம். கொஞ்சம் நாள் ஆகட்டும் பார்த்துக்கலாம். நீ போயி அசிங்கப் பட்டு வரவேண்டாம்.

கமலா : ஆமாண்ணே... அவங்க சொல்றதும் சரிதான். கொஞ்சம் விட்டுத்தான் புடிப்போமே.

காட்சி - 8

பங்கேற்போர்: மாசிலாமணி, கந்தசாமி, ரகு

மாசிலா : வாங்க சம்பந்தி... உக்காருங்க. நீங்க வருவீங்கன்னு தெரியும்.

கந்தசாமி : எப்படிங்க தெரியும்.

மாசிலா : தெரியும்... தெரியும்... காலையிலே கிளம்பினீங் களா? சம்பந்தி, நான் நேராவே விஷயத்துக்கு வந்துடறேன். எம் பொண்ணு சவீதா செல்லமா வளர்ந்தவ. ஒரே பொண்ணுன்னு அவ கேட்கிற தெல்லாம் வாங்கிக் கொடுத்து பழக்கப்படுத்திட் டேன். உங்க பையன கேட்டா, அதுவும் முடிஞ்சி போச்சு. அந்தக் குக்கிராமத்தில இருக்க அவளுக்குப் பிடிக்கல... அதான்...

கந்தசாமி : நிறுத்துங்க... கிராமம் என்று தெரிஞ்சுதானே பொண்ணு கொடுத்தீங்க... இப்ப இளக்காரமா பேசறீங்களே, இது நியாயமா?

மாசிலா : கல்யாணத்துக்கு முந்தி பேசினது அது. அதையெல்லாம் இப்ப நடைமுறைப்படுத்த முடியுமா? இந்த மாசிலாமணி சொன்னா இந்த ஏரியாவில 'வேத வாக்கு'. அங்கே இருந்து என்ன பண்ணப் போறீங்க. நீங்களும் இங்கேயே வந்திடுங்களேன்.

கந்தசாமி : நீங்க பெரிய தொழிலதிபரா இருக்கலாம். அதுக்காக எங்க சுயமரியாதையை விட்டுப்புட்டு இங்க வர முடியுமா? இதையெல்லாம் உங்ககிட்ட பேச நான் வரல... என் பையன பார்க்கணும், கூப்பிடுங்க.

மாசிலா : ரஞ்சிதம், ரஞ்சிதம்... மாப்பிள்ளைய கூப்பிடு. அதோ மாப்பிள்ளையே வந்திட்டார்.

ரகு : வாங்கப்பா... இப்பத்தான் வர்றீங்களா? ஒரு முக்கியமான வேலையா புறப்பட்டுக்கிட்டு இருக்கோம். முதல்ல வந்த வேலைய சொல்லுங்க.

கந்தசாமி : ரொம்ப நாள் கழிச்சு வந்திருக்கேன்... இப்படிப் பேசற?

ரகு : வேற எப்படிப் பேசணும்? அப்பா நானோ என்னோட பொண்டாட்டியோ அங்கு வர்ற முடிவுல இல்ல.. பாங்க்ல லோன் வாங்கி தனியா தொழில் பண்ணப் போறேன். உங்ககூட வந்து கஷ்டப்பட நான் தயாரா இல்ல... எவ்வளவு நாள்தான் கஷ்டப்படறது...

கந்தசாமி : நீ எங்கேப்பா கஷ்டப்பட்டே. நாங்கதானே கஷ்டப்பட்டு உன்னை ஆளாக்கினோம்... படிக்க வச்சோம்.

ரகு : உங்ககூட வாக்குவாதம் பண்ண இது நேரமில்ல...

கந்தசாமி : உன் கல்யாணத்துக்கு வாங்கின கடன் அப்படியே நிக்குது. அந்தப் பணத்தையாவது கொஞ்சம் கொடு.

ரகு : அதெல்லாம் ஒண்ணுமில்லே... அதான் பெரிய மாளிகை கட்டி வச்சிருக்கீங்களே. அத வித்து கடனை அடைங்க.

கந்தசாமி : உன்னோட படிப்பு செலவுக்கு அந்த வீட்டை அடமானம் வச்சது உனக்குத் தெரியுமில்ல?

ரகு : அதுக்கு இப்படி என்ன செய்யச் சொல்றீங்க? இப்பதான் தொழில் தொடங்க ஆரம்பிக்கிறேன். பெறகு பார்த்துக்கலாம்.

கந்தசாமி : அதான் உன்னோட முடிவா? இதுக்குத்தான் சிரமப்பட்டு உன்னை படிக்க வச்சதா?

ரகு : என்ன பெரிய படிப்பு படிக்க வச்சிட்டீங்க... டீக்கடையில வேலை பாக்குறவன்கூட டாக்டர், எஞ்சினியர்னு பையனை படிக்க வைக்கிறான்... இதெல்லாம் இப்ப ஒரு பெரிய விஷயமில்ல...

கந்தசாமி : ஒரே புள்ள நீ என்றுகஷ்டம் தெரியாம படிக்க வச்சு ஆளாக்கினதுக்கு நல்ல கூலி கொடுத்திட்டட... அம்மா நல்லா இருக்காளான்னு கூட கேக்க விருப்பம் இல்ல உனக்கு. சவீதாவை கூப்பிடு, பாத்துட்டுப் போயிடறேன்.

ரகு : அவ என்னோட வெளியில கிளம்ப ரெடியாயிட்டு இருக்கா... இப்ப வரமாட்டா. நீங்க போகலாம். எனக்கு நேரமாச்சு.

கந்தசாமி : ஆமாம்ப்பா... இப்ப உனக்கு கண்ணு தெரியாது. லட்சங்களை பார்க்க ஆரம்பிச்சுட்ட... அம்மாவாவது, ஆட்டுக்குட்டியாவது...

ரகு : அப்பா அதிகமா பேசறீங்க... மாமா, நான் கிளம்புறேன். இப்ப கௌம்பினாத்தான் சரியா இருக்கும்.

மாசிலா : நம்ம காரிலதானே போறீங்க? பத்திரமா போயிட்டு வாங்க... சம்பந்தி, எல்லாம் பின்னாடி சரியாயிடும். சாப்பிட்டுட்டுப் போங்க. வேலைக்கார வேலுவை விட்டு உங்கள பஸ் ஏற்றிவிடச் சொல்றேன்.

கந்தசாமி : எனக்கு ஒண்ணும் வேண்டாம். வந்த எனக்கு போகத் தெரியாதா? பணம் உள்ளவனெல்லாம் பார்த்துட்டேன். பாசத்தை வெல கொடுத்து வாங்கிட்டீங்க... இது நிலைக்காது.

மாசிலா : சில்லறைக்கு அரிசி வியாபாரம் பண்ணும் உங்களுக்கு இப்படி சில்லறையாத்தான் பேச முடியும். நீங்க திருந்தப் போறதில்ல...

கந்தசாமி : சில்லறை இருக்கிற வரைக்கும் உங்க ஆட்டம் இருக்கும். அதுவே நிரந்தரமில்ல புரிஞ்சுக்கோங்க... படிச்ச பையனா வேணும் உங்களுக்கு. அதான் கிடைச்சாச்சு... இப்ப உங்களுக்கு எங்களப் பாத்தா அலட்சியமா தெரியுது.

மாசிலா : புரிஞ்சுக்க மாட்டீங்க நீங்க... நாந்தான் சொல்றேனே, ஒரே பையன பெத்திருக்கீங்கன்னுதான் இங்கேயே வந்துடுங்கன்னு... உங்களுக்கு அனுபவிக்க 'பொஸ்பு' இல்லே. நாங்க என்ன செய்யிறது?

கந்தசாமி : அதிகமாக பேசாதீங்க... நான் வர்றேன்.

காட்சி - 9

பங்கேற்போர்: கந்தசாமி, கமலா

கமலா : என்னங்க... போன காலோட திரும்பிட்டீங்க?

கந்தசாமி : ஆமா... சாப்பாடு இருக்கா? பசிக்குது. சீக்கிரம் எடுத்துக்கிட்டு வா... பெறகு சொல்றேன்.

கமலா : சம்பந்தி வீட்லே சாப்பிடச் சொல்லலயா? ரகுவைப் பார்த்தீங்களா? மருமக சவீதா நல்லா இருக்காளா? உங்கள கூப்பிட்டாளா?

கந்தசாமி : வெட்கங்கெட்டு வந்ததுதான் மிச்சம்... மவராசனாட்டம் மவன வச்சுக்கிட்டு நீ ஏன் இப்படி கஷ்டப்படணும்னு சொந்தக்காரங்க கேட்கும்போது பெருமையா இருந்துச்சு... அந்தப் பெருமை எல்லாம் இப்ப காத்திலே பறந்து போச்சும்மா...

கமலா : என்ன சொல்றீங்க... கொஞ்சம் விவரமாத்தான் சொல்லுங்களேன்...

கந்தசாமி : கொள்ளி வைக்கக்கூட அவன் வரக்கூடாது. இப்படியெல்லாம் அவன் மாறுவான்னு கனவில்கூட நினைக்கல.. இன்னோடு அவன தலை முழுகிட்டேன். இந்தப் பாரு கமலா, உனக்கு ஒண்ணு சொல்றேன். நான் முன்னாடி செத்தா நீ கொள்ளி வை. எனக்கு முன்னாடி நீ இறந்தா நான் போடறேன்.... (கண் கலங்கி அழுறார்)

கமலா : நீங்களே இப்படி அழுதா... பெத்தவ நான் எப்படிங்க இதைத் தாங்கிக்குவேன்.

கந்தசாமி : என்ன படிக்க வச்சீங்க? என்கிறான். மருமகளக்கூட கூப்பிட்டு பேச முடியல... எல்லாம் இந்தப் பணம் படுத்துற பாடு... வீட்டை வித்து கடனை அடைக்கச் சொல்றான்... நடந்தது எல்லா வற்றையும் சொன்னா நீ தாங்கிக்க மாட்டே.

கமலா : பதறாதீங்க... எல்லாம் சரியாயிடும்.

கந்தசாமி : என்னை ஆறுதல் படுத்திட்டு நீ ஏம்மா அழறே. உழைக்க முடிந்த காலத்தில் நன்மைகளை எல்லாம் அனுபவிச்சவங்க, உறவுக்காரங்க எல்லாம் போனாலும் பிள்ளை இருக்கான் என்கிற துணிச்சலில் இருந்த நமக்கு காலன் கொடுத்த அடி கொஞ்சம் பலமானதுதான்.

கமலா : ஒரே புள்ளய பெத்து, படிக்க வச்சு, வசதியான இடத்தில் சம்பந்தம் பண்ணி வச்சது இதுக்குத்

தானா? தளர்ச்சி வருகிறபோது ஒதுங்கிக் கொள்ளவா புள்ளைங்க... காலக் கொடுமைங்க இது. போனாப் போறான் விடுங்க. இந்தாங்க சாப்பிடுங்க... பசின்னு சொன்னீங்க.

காட்சி - 10

பங்கேற்போர்: கந்தசாமி, கமலா, ராமசாமி

ராமசாமி : கந்தசாமி... கந்தசாமி... என்ன வீட்லே யாரையும் காணோம்... எங்கே போயிருப்பாங்க. அதோ ஆட்டோவில ரெண்டு பேரும் இறங்குறாங்களே... அட, நம்ம கந்தசாமியும் கமலாவும்...

கந்தசாமி : வாப்பா ராமசாமி... கமலா வீட்டைத் திற... வந்து ரொம்ப நேரமாச்சா... வா, வா உக்காரு.

ராமசாமி : இப்பத்தான் வந்தேன்... எங்கே போயிட்டு வர்றீங்க. என்ன கையில? மருந்து மாத்திரை மாதிரி தெரியுது.

கமலா : அவுங்களுக்கு முடியல... ஆஸ்பத்திரிக்கு போயிட்டு வர்றோம்... நன்னிலத்துக்கு போயிட்டு வந்த பிறகு நெஞ்சு வலி வந்திருக்கு. எங்கிட்டயும் சொல்லலே...

ராமசாமி : பையன நினைச்சு ஏன் இன்னும் வருத்தப்படறே... எல்லாம் நான் கேள்விப்பட்டேன். நல்ல மரத்தில புல்லுருவின்னு சொல்லுவாங்க. உங்க நல்ல மனசுக்கு இப்படி ஒரு பிள்ளை பொறக்கக்கூடாது.

கந்தசாமி : ராமசாமி சீக்கிரமா இந்த வீட்டை விக்கிறதுக்கு ஏற்பாடு பண்ணு. இல்லே நீயே எடுத்துக்கிட்டு பணத்தைக் கொடு. அடமானத்தொகை போக மீதம் உள்ளதை கொடுத்து கடனை அடச்சிடு. நான் உயிரோடு இருக்கும் போதே இத செஞ்சிரணும்...

ராமசாமி : அப்பவே சொன்னேன்... அவன நினைச்சு நீ வருத்தப்படறத நிறுத்துன்னு... கேட்கலே.

கந்தசாமி : இனிமே நான் இருந்து என்ன பயன்? எல்லாமே முடிஞ்சு போச்சு. கமலாவை நெனச்சாத்தான் கவலயா இருக்கு. நீ ஒருத்தனாவது உன்கூடப் பிறந்த பொறப்பா கமலாவை காப்பாற்று.

ராமசாமி : உனக்கு ஒண்ணும் ஆகாது, பேசாம படுத்துக்க...

கந்தசாமி : நின்னா மரம், விழுந்தா விறகு, எரிந்தால் கரி, புதைஞ்சா வைரம் என மரம்கூட எந்த வழியிலாவது பயனக் கொடுத்தாத்தான் உலகம் போற்றும். என்னாலே இனி என்ன ஆகப்போறது? சொந்தங்களும் விலகிடுச்சு.

ராமசாமி : விரக்தியா பேசாதே... படு, நாளைக்குப் பேசிக்கலாம்... கமலா பழசையே நெனச்சுக்கிட்டு இருக்காமே டாக்டர் கொடுத்த மாத்திரை, டானிக்குகளை தவறாம கொடு... ஏம்மா அழறே?

கமலா : சரிங்கண்ணே... தகுதிக்கு மீறி ஆசப்பட்டதுக்கு கடவுள் கொடுத்த பரிசுண்ணே இது.

ராமசாமி : கந்தசாமிக்கு ஒண்ணும் ஆகாது. அவனப் பத்திரமா பாத்துக்க... நான் காலையில வந்து பாக்குறேன்.

காட்சி - 11

பங்கேற்போர்: கமலா, ராமசாமி

(அதிகாலை நேரம்... கணவனை எழுப்புகிறார் கமலா, அவர் உயிர் பிரிந்து போனது தெரியாமல்...)

கமலா : என்னங்க... ஏங்க... எழுந்திருங்க... மணி எட்டாவப் போறது... காலையில சீக்கிரமா எழுப்பி விடு. கடைக்குப் போகணும்னு சொன்னீங்களே...

எழுந்திருங்க... (பதறியவளாக) அய்யய்யோ... என்னைத் தவிக்க விட்டுட்டுப் போயிட்டீங்களே... இனி நான் என்ன செய்யப் போறேன்... எனக்கு உங்கள விட்டா யார் இருக்கா... (சத்தம் போட்டு அழுகிறார்)

அழும் சத்தம் கேட்டு பக்கத்து வீட்டிலுள்ளவர்கள் ஓடி வருகிறார்கள்.

நண்பர் ராமசாமி பதற்றத்துடன் ஓடி வருகிறார்.

கமலா : அண்ணே... என் நிலைமையைப் பாத்தீங்களா... இப்படிப் பண்ணிட்டுப் போயிட்டாரே...

ராமசாமி : கமலா நடந்தது நடந்து போச்சு... கொஞ்சம் அழறத நிறுத்து. நிறைய அழுதாச்சு... உன் மகனுக்கு போன் பண்ணிட்டு வரறேன்...

கமலா : அண்ணே. நில்லுங்க.. அவன் வரவேண்டாம். இவருக்கு கொள்ளி போடப்போறது நாந்தான். புள்ளயே இல்லாதவங்க கதி என்ன? இனி நான் அழப் போறதில்ல... அடக்கம் பண்ற ஏற்பாட்டை கவனிங்க...

ராமசாமி : (தனக்குத்தானே) பெற்றோர்கள் என்ற வேரைத் தாங்கும் பிள்ளை விழுதுகள் இன்று வண்ணத்தாள்கள் என்ற பணத்துக்கு அடிமையாகி விடும் அவலம் என்று மாறும்! முதுமையை புன்னகை தவழ பிள்ளைகள் வரவேற்கும் காலம் வருமா? தன்னை உருவாக்கிய தாய் தந்தையரை நினைக்கும் காலம் உருவாகும் முதுமை என்பது இயற்கை. நாளை நமக்கும் வரும் என்ற உண்மையை இன்றைக்கு நம் இளைஞர்கள் உணரணும். அந்தக் காலம் விரைவில் மலரும்.

*

புதிய கீதை

காட்சி - 1

பங்கேற்போர்: சோமு, நிர்மலா, நமசிவாயம் என்ற நமசு, ரஞ்சிதம்

சோமு : நிர்மலா... ஏய் நிர்மலா... யாரோ கதவைத் தட்றாங்க. போயி யாருன்னு பாரும்மா.

நிர்மலா : இதோ வந்திட்டேன் தாத்தா... வாங்க... யாருங்க நீங்க? என்ன வேணும்? யாரைப் பாக்கணும்?

நமசு : சோமு இருக்காரா? நானும் அவரும் பால்ய சிநேகிதரும்மா...

நிர்மலா : அப்படியா... இருக்காரு... உள்ளே வாங்க... தாத்தா, உங்க பழைய நண்பராம்...

சோமு : அப்படியா வரச்சொல்லு, வரச்சொல்லு... அடடே... வாப்பா நமசிவாயம். எவ்வளவு நாளாச்சு உன்னப் பாத்து... நல்லாயிருக்கியா? இப்பத்தான் என்னைப் பார்க்கணும்னு நெனப்பு வந்திச்சா?

நமசு : நான் படற பாடு உனக்கு என்ன தெரியும்... என்ன கேட்டே? நல்லாயிருக்கியான்னு கேட்டேல்ல... ஏதோ இருக்கேன்ப்பா.

சோமு : என்னப்பா இப்படிச் சொல்ற... பதினெட்டுப் பட்டி கிராமங்களிலும் பேரு போன பஞ்சாயத்து தலைவரு நீ... நான்கு முறை பஞ்சாயத்து தலைவரா இருந்த நமசிவாயமா இப்படிப் பேசறது. ஆச்சரியமா இருக்கு.

நமசு : அதெல்லாம் காலம் மாறிப்போச்சுப்பா... நான் இப்ப என்னோட உண்மையான நண்பரைத் தேடி வந்திருக்கேன்... பழசை எல்லாம் கிளறி தர்மசங்கடத்துக்கு உள்ளாக்காதே.

சோமு : ரொம்பச் சந்தோஷம்ப்பா... அமைதியா உக்காரு முதல்ல... நெஞ்சை நிமிர்த்தி நீ வரும்போது ஊரே கைகட்டிக் கொண்டு வணங்கி நிற்குமே உன்னைப் பாத்து. உன்னோட முறுக்கு மீசையும், மிடுக்கான பார்வையும் கண்டிப்பான குரலும் இப்ப எங்கே போச்சு?

நமசு : எல்லாம் காலம் செஞ்ச கொடுமை... இப்ப என்ன யாரும் மதிக்கிறதே இல்லே... வயசாயிடுச்சில்ல, மூலையில முடங்கிக் கிடன்னு சொல்றாங்கப்பா பெத்த புள்ளைங்க.

சோமு : (தனக்குள்) என்ன உலகம்டா இது? அதிகாரத்தில பீரங்கி போல முழங்கும் இந்த முரட்டு மனிதரை முதுமை இன்று படுக்க வைத்து விட்டதே! ஊரே அதிர நடை போட்டு வந்த நேர்மையான மனிதனை காலம் தன் கைப்பாவையாக்கி வேடிக்கை பாக்கிறதே.

நமசு : என்னப்பா மனசுக்குள்ள பேசுற?

சோமு : நம்மோட பழைய காலத்தையும் உன்னோட கடந்த வாழ்க்கையையும் கொஞ்சம் திரும்பிப்

பார்த்தேன். எவ்வளவு மாற்றம். உன்னோட பையன்க஌ளெல்லாம் நல்லா இருக்காங்களா?

நமசு : அவங்களுக்கு என்ன... நல்லாவே இருக்காங்க... எல்லோருக்கும் எல்லாமே செஞ்சு வச்சாச்சு. மூத்தது பொண்ணுன்னுதான் உனக்குத் தெரியுமே...

சோமு : ஆமா... காமாட்சி... அவள் ஆலத்தூர் என்ற கிராமத்தில நல்ல வசதியான குடும்பத்திலதானே கொடுத்திருந்தே... இப்ப நல்லா இருக்காங்க தானே? போன வருஷம் கடுதாசி கூட போட்டிருந்தியே.

நமசு : ஆமா... ஆமா... மாப்பிள்ள போன மாசம் ஒரு லாரி விபத்துல இறந்திட்டாரு... ரெண்டு பொண்ணு, ஒரு பையன்.

சோமு : அடடா! எப்படிப்பா இது நடந்தது. அதிர்ச்சி தார்ற விஷயமாச்சே!

நமசு : வடசேரிக்கு லாரியில நெல் ஏத்திக்கிட்டுப் போயிருக்காரு... எதிரே மன்னார்குடியில இருந்து வந்த பஸ் மோதி ஸ்பாட்டிலேயே உயிர் போயிடுச்சி... தாங்கிக்க முடியாத சோகம்ப்பா...

சோமு : அடப்பாவமே... கெட்ட நேரம் வந்தா இப்படியெல்லாம் நடந்துதான் போவுது... விதிப்பா... விதி.

நமசு : பொண்ணுங்க ரெண்டுக்கும் கல்யாணம் ஆயிடுச்சி. பேரன் இப்பத்தான் காலேஜ் முடிச்சிட்டு வந்திருக்கான்...

சோமு : சொந்தத்திலே பொண்ணு இருந்தா பேசி... முடிச்சிடு.

நமசு : நெறய இருக்கு... ஆனா எல்லாமே சொத்தை எதிர்பார்த்து பொண்ணு கொடுக்க விரும்புறாங்

களே தவிர ஒருத்தருக்கிட்ட கூட பாசம், மனிதாபிமானம் இல்லே... நல்ல பழக்க வழக்கமில்ல... என் பேரன் செந்திலுக்கு சொந்தத்திலே பொண்ணு கட்ட விருப்பமில்ல...

சோமு : படிச்ச பையனில்லப்பா... அதுக்குத் தகுந்த மாதிரி அமையறது கொஞ்சம் கஷ்டந்தான். சரி, மத்தத பெறவு பேசிக்கலாம். முதல்ல கை கால் அலம்பிட்டு வா, நாம ரெண்டு பேரும் சேர்ந்து சாப்பிட்டு எவ்வளவு நாளாச்சி...

நமசு : எங்கேப்பா ரஞ்சிதம்?

சோமு : கடைத்தெருவுக்குப் போயிருக்கு... இப்ப வந்துடும்... அதோ வந்தாச்சு.

ரஞ்சிதம் : வாங்கண்ணே... எப்ப வந்தீங்க? வீட்லே எல்லாரும் சௌக்கியந்தானே?

நமசு : சௌக்கியம்... சௌக்கியம். நீ நல்லா இருக்கியாம்மா?

ரஞ்சிதம் : இருக்கோம்ணே...

சோமு : நமசு வந்து நேரமாச்சு. ரெண்டு பேருக்கும் சாதத்த எடுத்து வை.

ரஞ்சிதம் : இதோ எடுத்து வைக்கிறேன்... வாங்க.

காட்சி - 2

பங்கேற்போர்: நமசு, சோமு

நமசு : என்ன வசதியிருந்து என்னப்பா... முதுமையில நமக்கு கிட்டேயிருந்து உதவுறது சம்சாரம் மட்டுந்தான். அந்த கொடுப்பினை எனக்குக் கிடைக்கலே... நீயாவது நல்லாயிருக்கேன்னு நினைக்கிறது சந்தோஷமா இருக்கு சோமு...

சோமு : உண்மைதாம்ப்பா... தெரியாமலா சொன்னாங்க மனைவி துணைவின்னு! உங்க வீட்லதான் வேலைக்காரங்க நெறய இருப்பாங்களே!

நமசு : மனைவியாகுமா? எவ்வளவு பேர் இருந்தாலும் என் மனைவி செத்தப்புறம் என்னை கவனிச்சிக்க வேண்டிய மகன், மருமகள் ஒதுங்கிட்டாங்க... இப்ப என்னை கவனிச்சிக்கிறது எங்க வீட்டு வேலைக்கார ஆயா பாக்கியம்தான்.

சோமு : அப்புறமென்ன... புள்ளயாவது, மருமகளாவது... வயசானா எல்லாரது நிலைமையும் பெரும்பாலும் இப்படித்தான்ப்பா இருக்கு.

நமசு : அத விடுப்பா... நான் சாகிறதுக்கு முன்னாடி என் பேரனுக்கு ஒரு கல்யாணத்தை பண்ணி வச்சிடணும். அதான் இப்ப என் மனசுல இருக்கிற பாரம்...

சோமு : ஒன்னோட வசதிக்கு நாந்தர்றேன், நீ தர்றேன்னு வருவாங்க நமசு... நீ என்ன முடிவு பண்ணியிருக்குற?

நமசு : இந்த தள்ளுபடி விளம்பரம் கேட்டு கடைக்கு மக்கள் படையெடுப்பது போல எங்க சாதியிலும், கிட்டத்து சொந்தத்திலும் பொண்ணு வச்சிருக்கிற அத்தனை பணக்காரங்களும் வந்து குவிஞ்சிட் டாங்கப்பா, அவங்கள பாக்கவே எனக்குப் புடிக்கலயே!

சோமு : ஒம் மனசுல என்ன இருக்கு? பேரன் இப்ப உன்னோடதானே இருக்கான்.

நமசு : எங்கிட்டதான் இருக்கான்... முடிவு பண்ணிட்டு கூடிய சீக்கிரம் உனக்குத் தகவல் தர்றேன்... குடும்பத்தோட புறப்பட்டு வந்துரு... என்ன புரியுதா?

சோமு : என்னப்பா இப்படிச் சொல்றே... நிச்சயமா வந்துருவோம். கல்வித் துறையில சாதாரண குமாஸ்தாவா இருந்து ரிடையர் ஆன என்னைப் பார்க்க வந்ததை பெருமையா நினைக்கிறேம்பா...

நமசு : நான் என்னதான் வசதிக்காரனா இருந்தாலும் உன்னை மாதிரி நண்பன் எனக்குக் கிடைப்பானா? பணம் மட்டுமே ஒருவனுக்கு நிம்மதியைத் தந்து விடாதுன்னு உன்னைப் பார்த்து தெரிஞ்சிக் கிட்டேன். ஒரே மகன், நல்ல மனைவி, அழகான பேத்தி... கொடுத்து வைக்கணும்... நீ நல்லா இருக்கணும்.

சோமு : ரொம்ப நன்றிப்பா... உன் வாக்கு பலிக்கட்டும். சரி போயிட்டு வா. உன்னோட பேரன் கல்யாணத்தில சந்திப்போம்.

காட்சி - 3

பங்கேற்போர்: நமசு, பாக்கியம்

நமசு : பாக்கியம், பாக்கியம்... எங்கே போயிட்டே?

பாக்கியம்: இதோ வந்துட்டேங்கய்யா! என்னங்கய்யா... எங்கேயும் ஒரு நா கூட தங்க மாட்டீங்களே, எங்கே போயிருந்தீங்க?

நமசு : பள்ளத்தூரில் இருக்குற என்னோட பால்ய சிநேகிதன் சோமுவைப் பார்க்க போயிருந்தேன். பக்கத்தில இருந்தாலும் கிளம்பவா முடியுது. பணம் எதுக்கு பாக்கியம்... நல்ல மனசும், மனித நேயமும் இருந்தா குடும்பமே கோயில்தானே. சோமுவுக்கு அப்படித்தான் அமஞ்சிருக்கு.

பாக்கியம்: ஆமாங்கய்யா, நீங்க சொல்றது உண்மைதான்.

நமசு : எங்க செந்திலை காணோம்... எங்கே போயிட் டான்?

பாக்கியம்: நம்ம தோப்பிலதான் இருக்கு, மதியச் சாப் பாட்டுக்கு வர்றேன் பாக்கியம்னு சொல்லிட்டுத் தான் போயிருக்கு.

நமசு : அப்படியா! இருக்கட்டும், இருக்கட்டும்... விவரம் தெரிஞ்ச நாளிலேயிருந்து பட்டணத்தில படிச்சவன்... அவனுக்கு ஏத்த சூழல் இந்தக் கிராமத்தில இல்லதான்...

பாக்கியம்: நீங்க சாப்பிட வாங்கய்யா... ஆறிடப் போவுது.

நமசு : ஒம் பொண்ணுக்கு இந்த வருஷத்தோட படிப்பு முடிஞ்சிறுமில்லே...

பாக்கியம்: ஆமாங்கய்யா, ஒங்க கருணையால ஒரு வேலைக்காரி பொண்ணு காலேஜ் வரைக்கும் போயிருக்கா... இத நாங்க ஆயுள் உள்ள வரைக்கும் மறக்க மாட்டேங்கய்யா.

நமசு : தகுதியும் ஆர்வமும் இருந்தா யாருவேனாலும் படிக்கலாம். படிக்கக்கூடிய ஒம் பொண்ணே உன்னை மாதிரி கிணத்துத் தவளையா வளர்க்க நான் விரும்பலே. அவளுக்கு நல்ல எதிர்காலம் கிட்டத்திலேயே இருக்குங்குகிறதை கொஞ்ச நாள்லே புரிஞ்சுக்குவே.

பாக்கியம்: எல்லாரும் எளக்காரமா பார்க்குற இந்த ஏழைங்கள பண உதவி செஞ்சு படிக்க வைக்கிற. உங்க மனசு யாருக்கு வரும்?

நமசு : பெரிய வார்த்தையெல்லாம் சொல்லாதே. திறமை உள்ள பொண்ணு பெரிய ஆளா வரணும். இந்த வீட்லே எவ்வளவு பேரு இருந்தாலும் நீ எனக்குச் செய்யிற பணிவிடைக்கு ஈடு ஏது பாக்கியம்? சரி, சரி, சாப்பாடு எடுத்து வை, பசிக்கிறது.

பாக்கியம்: இதோ கொண்டாறேன்... வாங்கய்யா.

காட்சி - 4

பங்கேற்போர்: நமசு, பாக்கியம், செந்தில்

நமசு : பாக்கியம், செந்தில் வந்தவுடன் என் ரூமுக்கு அவன வரச்சொல்...

பாக்கியம்: சொல்றேங்கய்யா... அதோ தம்பி வந்திட்டிருக்கு... தம்பி உங்கள அய்யா தேடுனாங்க...

செந்தில் : தாத்தா சாப்பிட்டாரா? ரூம்லதான இருக்காரு?

பாக்கியம்: ஆமா... ஆமா...

செந்தில் : தாத்தா... தாத்தா... என்ன கூப்பிட்டீங்களா? என்ன தாத்தா விசேஷம்?

நமசு : உனக்கு வரன் தேடிக்கிட்டிருக்கேன். ஏகப்பட்ட சாதகங்களும், போட்டோ, பயோடேட்டா வெல்லாம் வந்திச்சே, பாத்தியா? யாரைப் புடிச்சிருக்கு? உடனே சொல்லு.

செந்தில் : ஏன் தாத்தா அவசரப்படறீங்க. இப்ப என்ன அவசரம் கல்யாணத்துக்கு?

நமசு : அதெல்லாம் எனக்குத் தெரியும்... அந்த பொண்ணுங்கள்லே உனக்கு எந்தப் பொண்ண புடிச்சிருக்கு? அத முதல்ல சொல்லுடா.

செந்தில் : எனக்கு ஒரு பொண்ணையும் புடிக்கலே...

நமசு : உன்னை படிக்க வச்சது தப்பாத் தெரியுது... ரொம்பத் தகுதியெல்லாம் பாக்கப்படாதுப்பா... அப்படிப் பார்த்தோம்னா ஒண்ணுகூட தேறாது... என்ன சொல்ற பாக்கியம்?

பாக்கியம்: நாங்க பொண்ணு தர்றோம்... நாங்க பொண்ணு தர்றோம்னு போட்டி போட்டுக்கிட்டு ஏலம் போடாத குறையா வரதட்சணை வாக்குறுதிகளெ

அள்ளி வீசிக்கிட்டிருக்கும் சொந்தக்காரவுங்க பொண்ணுல ஒண்ணத் தேர்ந்தெடுங்க தம்பி...

செந்தில் : பாக்கியம், நீ பேசறது அதிகப்படியா தெரியல, உன் வேலயப் பாத்துக்கிட்டுப் போ...

நமசு : செந்தில், கொஞ்சம் அடக்கமா பேசுப்பா... பாக்கியத்தைவிட பெரிய ஆளுங்க இங்கே இல்ல... உன்னை வளர்த்து ஆளாக்கினதில பாதி பங்கு பாக்கியத்தோடது. புரிஞ்சுக்க...

செந்தில் : அதுக்கில்ல தாத்தா...

நமசு : நிறுத்துடா... தலைமுறை தலைமுறையா நம்ப வீடே கதியென்று உழைப்பைக் கொடுக்கும் பாக்கியத்திற்கு இல்லாத உரிமை வேறு யாருக்கு இருக்கு.

செந்தில் : மன்னிச்சிருங்க தாத்தா... நீங்க சொல்றபடி கேக்கிறேன்... அதாவது...

நமசு : கொஞ்சம் சும்மா இரு. உனக்குத் தகுதியான பொண்ணு யாருன்னு நான் முன்பே முடிவு செஞ்சிட்டேன். உடனே உங்கம்மா காமாட்சி, அக்காகாரங்கள அழைச்சிட்டு வந்துடு. சொந்த பந்தங்களுக்கு நான் தகவல் கொடுத்திடுறேன்... நாளைக்கே முடிவு செஞ்சுடலாம்... என்ன புரியுதா?

செந்தில் : சரி தாத்தா... நான் ஊருக்கு கிளம்பறேன்.

காட்சி - 4

பங்கேற்போர்: நமசு, காமாட்சி, பாக்கியம், மாலா, செந்தில், சொந்தபந்தங்கள்

(சொந்தங்கள் கூடியிருக்கிற மாலை நேரம் பெரியவர்கள், பெண்கள் அவரவர் விசாரித்துக் கொண்டு குதூகலமாக அமர்ந்திருக்க...)

கூட்டத்தினரில் ஒருவர் : எந்த பாக்கியவதிக்கு யோகம் அடிச்சிருக்கோ... எல்லாமே புதிராவில பெரியவர் பண்றார், பார்ப்போம்... பார்ப்போம்.

நமசு : காமாட்சி... இங்கே வாம்மா. உன் பையனுக்கு நான் பார்த்து செய்யிற இந்தச் சம்பந்தத்தை நீ மறுக்க மாட்டேங்கிற நம்பிக்கை எனக்கிருக்கு...

காமாட்சி : ஆமாம்ப்பா... நீங்க சொல்ற பொண்ணு கழுத்தில எம் மவன் தாலி கட்டுவான். நீங்க பெத்த பொண்ணுப்பா நான்.

நமசு : சந்தோஷம் தாயே. சரி, போயி ஒரு தட்லே பூ, பழம், சர்க்கரை, வெற்றிலை, பாக்கு எடுத்துக்கிட்டு வாம்மா...

காமாட்சி : இதோ ரெடியாயிருக்குப்பா... இந்தாங்க.

நமசு : சொந்தபந்தங்க எல்லாரும் வந்திருக்கீங்க... கொஞ்ச நேரம் அமைதியா உக்காருங்க... பாக்கியம் எங்கே? கூப்பிடு... இந்தா பாக்கியம், தட்டைப் பிடி. என்னோட பேரன் செந்திலுக்கும் உன் மகள் மாலாவுக்கும் வர்ற முகூர்த்தத்தில் கல்யாணம், சம்மதந்தானே?

பாக்கியம் : அய்யா, தப்பு... தப்பு... எங்க தகுதி என்ன... உங்க தகுதி என்ன... இதெல்லாம் சரியா வராது.

சொந்தங்களில் ஒரு பெரியவர் : என்ன பெரியவரே... என்ன சொல்றீங்க? அது உங்க வீட்டு வேலைக்கார ஆயா... நல்லா பாருங்க... தாம்பூலத்தட்ட தப்பா நீட்றீங்க.

நமசு : நான் சரியாத்தான் நீட்டறேன். வயசாயிருச்சுன்னா பார்வை மங்கலாம், கை கால் நடுங்கலாம். ஆனா புத்தி மழுங்காது. என் மனைவி காலமான பிறகு நான் படுத்த படுக்கையாயிட்டேன். என்னை கவனிச்சுக்க வேண்டிய மருமகள், மகன் களெல்லாம் ஒதுங்கிட்டாங்க...

பெரியவர் 2 : அதுக்காக இவ்வளவு கீழே எறங்கியா போகணும்...

நமசு : முதல்ல என்னை முழுசாப் பேச விடுங்க... என் மருமகள்க எங்க சாதிதான். என் மகன் வேற சாதிப் பொண்ண காதலிச்சபோது கூடாதுன்னு புத்திமதி சொல்லி, கடைசிக் காலத்துல உதவறது நம்ம சாதிப் பொண்ணுதான்னு தடுத்து நம்ம சாதிக்குள்ள பண்ணி வச்சேன்... ஆனா ஏமாந்துட்டேன்...

பெரியவர் 3 : எல்லாரும் நல்லா கூட்டுக் குடும்பமாகத்தானே இருக்காங்க... இதுல உங்களுக்கு என்ன ஏமாற்றம்?

நமசு : குடும்பத்தில இருக்கிற குழப்பம் உங்களுக்கு தெரிய நியாயமில்ல... மகன்களோ, மருமகள்களோ எனக்கு எந்த உதவியும் செய்யறது இல்லே... இன்று வரைக்கும் இந்த வேலைக்கார ஆயாதான் என்னைப் பாத்துக்கிறா... ஆனா அவ வேறு சாதிதான்... அவ சம்பளத்துக்காக மட்டும் பாக்கறதா இருந்தா வேறு எத்தனையோ வேலைகளுக்குப் போயிருக்க முடியும். ஆனா அவ விசுவாசத்துககாக வேலை பாக்கறா. இன்னிக்கு அவளாலதான் நான் வாழறேன்.

சொந்தங்களில் ஒருவர் : என்ன பெரியவங்களே... உங்களுக்கு புத்திகித்தி பேதலிச்சு போச்சா? இப்படியெல்லாம்

பேச உங்க நாக்கு கூசவில்லயா? இல்ல நிதானம் தவறிடுச்சா?

நமசு : நான் நிதானமாத்தான் பேசறேன்... நாளைக்கு என் மகனுக்கும் வயசாகும். அவனும் படுக்கையில் விழுவான். ஒரே சாதிக்குள் கல்யாணம் பண்ணி வச்சா... அவளும் நாளைக்கு அப்படித்தான் போவா.

உறவினர்களில் பிறிதொருவர் : ஏம்மா காமாட்சி... பையன பெத்தவ நீயி... உனக்கு இதுல சம்மதமா?

காமாட்சி : இதுல என்ன இருக்கு. எங்கப்பா சொல்றதுதான் நடக்கணும். இந்த பாக்கியம் ஆயா... காலம் காலமாக விசுவாசமாக வேலை பாத்துட்டு வர்றாங்க... இவங்களோட அம்மா, அப்பா கூட இப்படித்தான் வேலை பாத்தாங்க. ரொம்ப நன்றியா கடைசி வரைக்கும் உழைச்சாங்க. அதனால அவுங்க பொண்ண என் பையனுக்கு கல்யாணம் பண்ணி வச்சா அவளும் நன்றி விசுவாசத்தோட பாத்துக்குவா.

நமசு : நல்லாவே சொல்லிட்டேம்மா... மாலாவுக்கு தெரியும் அவ அம்மா இங்க விசுவாசமா பாடுபடறதப் பார்த்துக்கிட்டுதானே இருக்கா... அதைத்தான் நிச்சயம் அவளும் கடைபிடிப்பா... இப்படிப்பட்ட பொண்ணு என் பேரனுக்கு மனைவியா வர்றதுக்கு குடுத்து வைக்கணும். சாதி என்ன சாதி.

சொந்தங்களில் இன்னொருவர் : இது சரிய்லலே... அவசர முடிவு... தப்பான முடிவு. எங்களையெல்லாம் கூப்பிட்டு அவமானப்படுத்திட்டீங்க நமசிவாயம்.

நமசு : யாரையும் அவமானப்படுத்தணும் என்கிற நோக்கம் எனக்கில்ல... இது என்னோட பேரனின்

வாழ்க்கை. ஒரு மாற்றம் வேணும். எல்லாருமே மனுச சாதிதான். செந்தில் உனக்கு சம்மதம்தானே?

செந்தில் : முழு சம்மதம் தாத்தா.

நமசு : பாக்கியம் உம் பொண்ண கூப்பிடு... மாலா இப்படி வாம்மா... நீ என்ன சொல்ற?

மாலா : அய்யா... எதிர்த்து பேசறதா தப்பா நினைச்சுக்கக் கூடாது. நாங்க விசுவாசமா வேலை செய்த குடும்பந்தான். அதுக்காக என்னை சம்பந்தம் பேசறத நான் ஒத்துக்கலை... அதிகாரம் பெற்ற வேலைக்காரியா இருக்க நான் விரும்பல... நீங்க சொல்றதுக்காக உங்க பேரன் தலையாட்டலாம்... ஆனா, நான் அப்படியில்ல. எனக்கின்னு ஆசையிருக்கு. அதை நீங்க புரிஞ்சுக்கணும்.

நமசு : என்ன அப்படிப்பட்ட ஆசை? எவனையாவது...

மாலா : அப்படி போகிறவயில்ல... எனக்கு கணவரா வர்றவரு படிச்சவராக இருக்கணும்னு எதிர் பார்க்கல... ஆஸ்திக்கு அதிபதியா இருக்கணும்னும் எதிர்பார்க்கல... ஆனா உழைச்சு வாழணுங்கிற நோக்கத்தோடு இருப்பவரைத்தான் கல்யாணம் செஞ்சுக்குவேன்... உங்க பேரன் தயாரா?

நமசு : (கோபமாக) என்ன சொல்ற நீ... சொந்தக்காரங் களுக்குப் பாடம் புகட்ட நெனச்ச எனக்குப் பாடம் சொல்றியா? பாக்கியம்... உன் மகள இந்த இடத்திலிருந்து போகச் சொல்லு... படிச்சிட்டா இல்லே... அதான் பேசறா.

செந்தில் : தாத்தா நானும் அவளுடன் போறேன். நீங்கள் வேணும்னு சொன்னா நான் பண்ணிக்கணும். வேண்டாம்னு சொன்னா விலகிக்கணும்... என்னால முடியாது.

காமாட்சி : செந்திலு... தாத்தாவையா எதிர்த்துப் பேசற...

செந்தில் : அப்புறம் என்னம்மா... மாலா சொல்றதில நியாயம் இருக்கு... உழைப்பிலே மரியாதை இருக்கு. அதை உணர்ந்த நான் அவகூட சேர்ந்தே வாழப் போறேன்.

காமாட்சி : (கையை ஓங்கி) என்னடா சொன்னே?

நமசு : காமாட்சி... அவன் சொல்றதுதான் சரி.

காமாட்சி : என்னப்பா சொல்றீங்க...

நமசு : ஆமாம்மா... அவனது விவேகமான முடிவு என்னோட அறிவுக் கண்ணை தெறந்திடுச்சி... அதிகாரத்தால எதையும் அடக்க முடியாதுன்னு அவங்க எனக்கு உணர்த்திட்டாங்க... படிப்பு, உழைப்புக்கு முன்னே சாதி நொறுங்கித்தான் போவுது. அவுங்க போகட்டும். வாழ்வில் வெற்றி பெறட்டும்.

*

அரங்கேறும் நியாயங்கள்

காட்சி - 1

பங்கேற்போர்: சுந்தரம், சகுந்தலா

சுந்தரம் : சகுந்தலா... சகுந்தலா... பாரதி காலேஜ்லயிருந்து வந்தாச்சா? வர வர இந்த வீடே நரகமா மாறிக்கிட்டு வருது.

சகுந்தலா : இதோ வந்துட்டேங்க... வந்ததும் வராததுமா என்னங்க சத்தம்? செத்த உக்காருங்க. காபி கலந்து எடுத்திட்டு வர்றேன்.

சுந்தரம் : ஆமாண்டி சத்தம் போட்டு போட்டு தலைவலி வந்ததுதான் மிச்சம். கோர்ட்டிலே ஒவ்வொரு நாளும் உயிர் போய் உயிர் வர்ற மாதிரி.... சிண்டைப் பிச்சுக்கிட்டு வேல பாத்து என்ன பிரயோசனம்? வயது போனதுதான் மிச்சம். வறுமை ஒழிஞ்சபாடில்ல...

சகுந்தலா : பொழைக்கத் தெரியாத ஆளுங்க நீங்க. உங்க கோர்ட் குமாஸ்தா குப்புசாமி, பட்டுக் கோட்டைக்குப் பக்கத்திலே ஏகப்பட்ட நிலபுலங்க வாங்கிப் போட்டு வசதியா வாழறான். லஞ்சம் கொடுத்தா வாங்க வேண்டியதுதானே? கேட்டாதான தப்பு. என்ன 'அவார்டு' கிடைச்சிச்சு உங்களுக்கு. புரமோஷனுக்கும் வழியில்ல... கருவேப்பில மாதிரி ரொம்ப பேருக்கு வாசனையா இருந்திருக்கீங்களே ஒழிய நம்ப வாழ்க்கையில வாசனையில்லாமப் பண்ணிட்டீங்க... நல்ல கிளார்க் உத்தியோகம்...

சுந்தரம் : அடி போடி போக்கத்தவளே... ராத்திரி ஆனா நிம்மதியா தூங்குறோம் பாரு அதாண்டி வாழ்க்கை. வசதியிருக்கிறவங்க எத்தனை பேருக்கடி இருக்கு இந்த நிம்மதி? இது போதுண்டி. நம்ப புள்ளங்க ரெண்டு பேரும் ஒழுங்கா படிச்சு, நம்ம காப்பாத்துவாங்க என்ற நம்பிக்கை இருக்கு. ஒவ்வொரு மனிதனுக்கும் நம்பிக்கைதாம்மா வாழ்க்கை. அது சரி, சகுந்தலா? பாரதி எங்கே? மணி ஆறாவுதே, இன்னுமா காலேஜ்லே இருந்து வரலே? படிச்ச நாம்ப, நம்ப குழந்தைகளை ஒழுங்கா வளர்க்கலேன்னா நாம படிச்சதுக்கு அர்த்தமேயில்லாம போயிடும்.

சகுந்தலா : அவ பிரண்ட் பிரமிளா இன்னிக்கு அவுங்க புதுசா கட்ன வீட்டுக்கு குடிபோறாங்களாம். கொஞ்சம் ஹெல்ப் பண்ணு அப்டினு கேட்டுக்கிட்டாளாம். அதான் கூடமாட உதவி செஞ்சிட்டு ஏழு மணி வாக்கில் டாக்சியில அனுப்பி வைக்கிறேனு சொல்லிட்டுப் போயிருக்கா. இதோ இப்ப வர்ற நேரந்தான். நீங்க போய் குளிச்சிட்டு வாங்க."

சுந்தரம் : நம்ப பையன் அரவிந்தன் என்னிக்கு வர்றேன்னு தபால் போட்டிருக்கான்... நாளைக்கினு நினைவு...

சகுந்தலா : ஆமாங்க... நாளை சாயங்கால வண்டிக்கு வர்றதா எழுதியிருக்கான். அவனுக்கு இந்த வருஷத்தோட படிப்பு முடிஞ்சு போச்சில்ல. மேலே படிக்க வைக்கிறதா... ஏதாவது ஒரு வேலைக்கு அனுப்புறதா, என்னங்க முடிவு செஞ்சி வச்சிருக்கீங்க?

சுந்தரம் : பி.ஏ. படிச்சவனுக்கு இப்ப எவன் வேலை தரான்? புத்திசாலி புள்ளயா இருந்தா பொளச்சிக்குவான். இல்லேன்னா காலம் பூரா பேண்ட், சட்டையோட தெருவுலே அலைய வேண்டியதுதான். சரி... சரி...பசிக்குது. இலையைப் போடு... இதோ வந்துட்டேன்.

சகுந்தலா : சீக்கிரம் வாங்க... ஆறிப் போயிடும்.

காட்சி - 2

பங்கேற்போர்: தணிகாலசம், பாரதி, பிரமி

தணிகா : வாம்மா பாரதி, வீட்ல எல்லாரும் சௌக்கியமா? ஒன் அண்ணனுக்கு இந்த வருஷத்தோட படிப்பு முடியுதாமே, பிரமிளா சொன்னா.

பாரதி : ஆமா மாமா. மேல படிக்கணும்னு அண்ணன் விரும்புது... அப்பா, அம்மாவுக்கு விருப்பம் இல்ல.

தணிகா : இந்தக் காலத்துப் பசங்க மத்தியில உன் அண்ணன் அரவிந்த் ஒரு பத்தரை மாத்து தங்கம்மா. உங்க அப்பா, அம்மா மனசு கோணாம, ஒரே பாண்ட், ஒரேசட்டையை மாத்தி மாத்தி போட்டுக்கிட்டு, அதுவும் காலேஜ்ல நடக்கிற எல்லாக் கலாட்டாவிலேயும் 'இலமறக் காயப் போல' கலந்துக்கிட்டு படிச்சி முடிச்சிருக்கான்னா நல்லா வறுமையை உணர்ந்த பையனம்மா அரவிந்த்.

பாரதி : அப்ப மாமா நான் போலாமா, ரொம்ப நேரம் ஆயிறுச்சு வந்து...

பிரமி : ஏய் கொஞ்சம் இருடி. பால் காய்ச்சி சாப்பிட்டுட்டு போயிடலாம். பாரதினு பேரை வச்சுக்கிட்டு ஏண்டி இப்படி பயந்து சாகிறே?

பாரதி : அதுக்கில்ல பிரமி, எங்க அண்ணன் காலேஜ்லேயிருந்து வருது, வெளியூர்லேருந்து மாமா, மாமா பையன் பாண்டியன் முதன்முதலா வீட்டுக்கு வர்றாங்க... அதான்...

பிரமி : அடி சக்கை, இதுவரைக்கும் அப்படி ஒரு சொந்தம் இருக்கிறதா சொல்லவேயில்லயே நீ, இவ்வளவு இருக்கா? விஷயத்தை லேட்டா சொல்றியே, ஏண்டி உனது வுட் பி ஹஸ்பெண்ட் அநேகமாக பாண்டியனாத்தான் இருக்குமோ?

பாரதி : சீச்சீ... ஹைஸ்கூல் படிப்பையே தாண்டலயாம் பாண்டியன். ஆனா வசதி நிறைய இருக்காம். அப்பா சொன்னாங்க.

பிரமி : படிப்பு இல்லாட்டி என்னடி, வசதி நிறைய இருக்கே? கிராமத்தில ஏகப்பட்ட சொத்து சொகம் இருக்கே. அது போதாதா? இந்தக் காலத்தில படிப்பு முக்கியம் இல்லடி, பணம்தான் முக்கியம்.

பாரதி : மற்றவங்களப் போல நாம நெனச்சா எப்படி? படிச்சவன் எல்லாரும் புத்திசாலியுமல்ல, படிக்காதவன் எல்லாரும் முட்டாளுமில்லே. என்னப் பொருத்தவரை நான் கல்யாணமே பண்ணிக்க போறதில்லடி. விவாகமே இல்லாமல் தனியே இருந்து வியாபாரம், கைத்தொழில் முதலியவற்றால் கௌரவமாக வாழ விரும்பும் பெண்களை யதேச்சையான தொழில் செய்து வாழ்வதற்கு இடங்கொடுக்க வேண்டும் என்று

பாரதி சொல்லியிருக்காரில்ல. அதைப்பற்றி உனது அபிப்பிராயம் என்னடி?

பிரமி : வெரிகுட்... இப்பதாண்டி பாரதிங்கற பேருக்கு ஏத்த மாதிரி பேசற நீ...

பாரதி : அப்ப நான் வரட்டுமா, மாமா... போயிட்டு வர்றேன். டாக்சி அது இதுன்னு ஒண்ணும் வேண்டாம். பஸ்ஸிலேயே போய்க்கிறேன். குட்பை... நாளை சந்திப்போம்.

காட்சி - 3

பங்கேற்போர்: சுந்தரம், சகுந்தலா, ராமு, பாரதி, பாண்டியன்

சுந்தரம், சகுந்தலா : வாங்க சம்பந்தி, வாங்க மாப்ளே, ஊர்ல எல்லாரும் சௌக்கியமா? அறுவடை எல்லாம் முடிஞ்சி போச்சா? பிரயாணம் நல்லாயிருந்ததா?

ராமு : சௌக்கியத்த கேளுங்க... போன வருடம் பெய்த மழையில வெளயாம அழிஞ்சு போச்சு. இந்த வருஷம் நல்லா வெளச்சல் இருந்தும் கண்டு முதல் இல்ல... மாவுக்கு இரண்டு மூட்டைதான்... புண்ணியமில்ல... உழுதவன் கணக்குப் பாத்தா உழக்குகூட மிஞ்சாதுன்னு பெரியவங்க சொன்னது எவ்வளவு உண்மையாப் போச்சு? அது சரி, அரவிந்த் காலேஜ்ல இருந்து வந்தாச்சா? ரொம்ப சின்னப் புள்ளையில பார்த்தது அவனை.

பாரதி : வந்தாச்சு மாமா... பிரண்ட்ஸ்கல பார்க்க கடைத்தெருப் பக்கம் போயிருக்கு. அத்தான்... சௌக்கியமா? பேசவே மாட்டீங்களா?

ராமு : உன்ன மாதிரி காலேஜ்லே போயி படிச்சவனா பாரதி - அவன், அதான் கூச்சப்படுறான் போலிருக்கு.

சுந்தரம் : என்ன சம்பந்தியிது? நீங்களே இப்படி சொல்றீங்க... படிப்பு இருந்து என்ன பிரயோசனம்? உழைப்புக்கு இருக்கிற மதிப்பு படிப்புக்கு இல்ல. இப்ப, ஏட்டுச்சுரக்காய் கறிக்கு உதவுமா?

பாண்டியன்: மாமா, உங்க அன்புக்கு ரொம்ப நன்றி மாமா. பாரதி என்ன கோட்டா பண்றா, அரவிந்த் இப்ப வந்துடுவானா?

சுந்தரம் : இதோ இப்ப வந்துடுவான். படிப்பு அவனுக்கு இந்த ஆண்டோட முடிஞ்சி போச்சு... இனிமே வேலை தேட வேண்டியதுதான். ஏதோ என் சக்திக்கு மீறி இந்த அளவுக்கு படிக்க வச்சிட்டேன். வேலை கிடைக்கிறதுதான் கஷ்டம்.

பாண்டியன்: அரசாங்க வேலைதான் பாக்கணும்னு இருந்தா கடைசி வரைக்கும் சும்மாயிருக்க வேண்டியது தான். ஏதாவது தொழில் அது, இதுன்னு எதிலாவது பூந்துக்க வேண்டியதுதான். நீங்கள்லாம் படிச்சவங்க... அதிகம் சொல்ல வேண்டியதில்லை!

சுந்தரம் : பாண்டியன் சொல்றதிலயும் உண்மை இருக்கு. அந்தக் காலத்துல படிப்புக்கு இருந்த மதிப்பும் மரியாதையும் இப்ப ஏது? சாதாரண இண்டர்மீடியட்டுக்கு இருந்த மதிப்பு இப்ப பி.ஏ., எம்.ஏ.க்கு இல்லதான். படிச்சவுடனே அரசாங்க உத்தியோகத்திற்குதான் போவணும்னு சொல்றது தப்பு. அப்படியே எல்லாரும் நினைச்சா முடியுற காரியமா? தனக்குன்னு ஒரு கைத்தொழில் செஞ்சு நாட்டுக்கும் நமக்கும் பயனத் தேடிக்கணும். ‘உத்தியோகம் புருஷ லட்சணம்’ என்று சொன்ன தெல்லாம் அப்போ... உழைப்பே மனுஷ லட்சணம் சொல்ற காலம் இது!

பாண்டியன்: மாமா, பசி வயித்த கிள்ளுது. அத்தை ஏதாவது கிடைக்குமா சாப்ட?

பாரதி : பரவாயில்லயே, யதார்த்த உலகத்திலதான் அத்தான் இருக்காங்க, வெரிகுட்.

சுந்தரம் : சரி வாங்க... எல்லாரும் சேர்ந்து சாப்பிடலாம்.

காட்சி - 4

பங்கேற்போர்: அரவிந்தன், பாண்டியன்

அரவிந் : வாங்க மாமா, வாங்க அத்தா... எல்லாம் எப்ப வந்தீங்க? பாண்டியன் ஆளே மாறிப் போயிட்டீங்களே... சரியான கர்னாடமல்ல இருக்கீங்க... பார்த்து ஏழட்டு வருஷமிருக்குமில்ல?

பாண்டி : அரவிந்த், நல்லா சொன்ன போ. காலேஜ்ல படிச்ச பையன் மாதிரி தெரியல உன்னப் பாத்தா. பழைய மாதிரியே பேசறயே, பாரதிகூட மாறியிருக்கா. நீதான்ப்பா அப்படியேயிருக்கே.

அரவிந் : பாண்டியன், ஒரு காலேஜ் பங்ஷன்ல முதுபெறும் எழுத்தாளர் முகுந்தன்னு ஒருத்தர் ‘கல்லூரி’ என்ற தலைப்பிலே ஒரு கவிதை பாடினார். இரண்டு கால் மாடுகளை பட்டியில் அடைக்கும் மாட்டுக் கொட்டில் அப்படின்னுட்டார். ஒரே கூச்சல், கலாட்டா. ரொம்ப பேர் அதற்கு எதிர்ப்பு. ஒருசாரார் எங்களுக்கு அது உடன்பாடு என்று சொல்லிய பிறகுதான் கூச்சல் கொஞ்சம் ஓய்ந்தது. என்ன பண்றது காலேஜ்ல படிச்சு பட்டம் வாங்கறது ஒரு குவாலிபிகேஷன்தான். அதுவே முன்னேற்றமுன்னு நினைக்கிற காலக்கட்டத் திலேயல்லவா இருக்கோம். நம்ம மாதிரி நினைக்கிற, செயலில் காட்டுகிறவங்க இன்னும் பெருகினா நல்லாயிருக்கும். இப்ப எனக்கு டாக்டர் மு.வ. சொன்ன ஒரு சின்ன உதாரணம் நினைவுக்கு வருது. அவரு அரசியலை நினைச்சுத்தான்

சொன்னாரு. ஆனா எல்லாத்துக்கும் அது பொருந்தும் போலருக்கு. எதிலயும் வெறி கூடாது. சிந்தனைகளை மழுங்கடிக்கும் வெறி கூடாது. யாரு கேட்டா அதை? உனக்கு டயம் கிடைச்சா நிறைய படி. அப்ப விளங்கும். டிகிரி வாங்கியவன் எல்லாரும் புத்திசாலி இல்ல பாண்டியன். அது இல்லாம அறிவாளியா ரொம்பப் பேரு நம்ம நாட்டிலே இருந்திருக்காங்க. இருக்கவும் செய்யறாங்க.

பாண்டி : ஆமா, ஆமா, நீ சொல்றதும் வாஸ்தவம்தான். நானும் நீயும் மாறினா மட்டும் போதாது. படிச்சவங்கள்லாம் வேலைக்குப் போகணும்னு நினைச்சா ஏனைய அத்தியாவசியப் பொருள் உற்பத்திக்கு ஆளே இல்லாமலே போயிடும். எப்பவோ ஒரு இலக்கியப் பத்திரிகையில படிச்சதை நானும் ஞாபகத்துக்கு கொண்டு வந்து உனக்கு சொல்றேன் கேளு: மூளையில் சுமக்கவில்லை. முதுகில் சுமக்கிறார்கள் புரியுதா? நமது கல்வி முறையை எவ்வளவு அழகா சொல்லியிருக்கு பாத்தியா? மெக்காலே கல்வித் திட்டம் நம்மை எப்படி ஆக்கியிருக்கு.

அரவிந் : நல்லாவே இருக்கு. உன்ன சிறந்த விவசாயின்னு தான் நினைச்சேன், மனசையும் உழுதுட்டியே!

பாண்டி : படிச்சிட்டா போதாது கண்ணு, விமரிசனக் கண்ணோட்டமும் வேணும். எங்க ஊர் பட்டாணிக் கடலை விற்பவங்கிட்ட போய் என்னப்பா படிச்சிருக்கே அப்டினு கேட்டா, கவிதை சொல்வான். பட்டாணி கடலை வாங்கப் போனவர் பாக்கி சில்லறையைக்கூட வாங்காம வந்துடுவார். ஹைஸ்கூல் தமிழ் பண்டிட் தங்கவேலனார் கூட அடிக்கடி இப்படிச் சொல்வார் - கண்டதைக் கற்க பண்டிதன் ஆவான் - அதுமாதிரி ரொம்ப பேர் இருக்காங்க. ஆனா அவங்கள்ளாம்

உன்ன மாதிரி பட்டம்வாங்கினவங்க இல்ல. அதுமாதிரிதான் நானும் கண்டதைப் படிக்கிறேன். அந்த அனுபவமும் படிப்பும் விவசாயத் தொழிலுக்கு உரமாயிருக்கு. நிலமா இருந்தால் உழலாம். பட்டம் வாங்குறது வேலைக்குப் போறதுக்காகணு படிக்கக் கூடாது. புதிய கண்டுபிடிப்புகளுக்காகவும், வறுமை களைய என்ன செய்ய வேண்டும் என்று சிந்தித்து செயல்படுவதற்காகவும் பயன்பட்டா எவ்வளவு நல்லா இருக்கும்? ரொம்ப பேரை கிராமத்திலே பார்த்திருக்கேன். இந்தப் பட்டம் படிக்காம பாமர ஜனங்கள பரிகாசம் செய்யத்தான் பயன்பட்டுக் கிட்டு வருது. உன்ன மாதிரி இருக்கிறவங்க காலப்போக்குல மாத்துவாங்கன்னு நினைக் கிறேன்.

அரவிந் : அம்மாடியோவ், சாதாரண ஆளு இல்லப்பா நீ. பண்டிதன் கெட்டான் போ. ஆள் உருவத்தில மட்டுந்தான் நாட்டுப்புறத்தான். அனுபவம் உன்ன நல்லாவே வளத்திருக்கு. பச்சப்பசேல்னு பயிர் மாதிரி. பட்டம் என்கிற உரமே உனக்குத் தேவையில்லப்பா. பொன் விளையுற பூமி மாதிரி இருக்கு உன் மனசு. சரி வா காந்தி பார்க் வரைக்கும் போயிட்டு வரலாம்.

பாண்டி : வாக்(walk)வாதம் செய்யலாங்கிறியா?

அரவிந் : நான் என் தோல்வியை மனப்பூர்வமா ஒத்துக்கிறேன் பாண்டி.

காட்சி - 5

பங்கேற்போர்: சுந்தரம், பாரதி

சுந்தரம் : பாரதி... அம்மா பாரதி உங்க மாமா உன்ன பெண் கேட்டு வந்திருக்காருன்னு நினைக்கிறேன். நீயோ

மேல படிக்கணும்னு சொல்றே. நானும் அதையே விரும்புறேன். ஆனா நம்ப வசதியை நினைக்கும் போது பயமாவும் இருக்கே?

பாரதி : அப்பா இன்னும் ரெண்டு வருஷம் படிச்சி முடிச்சிட்டு முடிவைச் சொல்றேன். அதுவரைக்கும் டைம் கொடுங்கப்பா... கல்யாணம் பண்ணிக் கன்னு சொல்லி எண்ணங்களுக்கு முட்டுக் கட்டையா இருக்க மாட்டேன்னு போன வருஷம் என்ன காலேஜ்லே சேத்தப்ப சொன்னீங்க... ஞாபகம் இல்லையாப்பா? ரொம்ப அப்பாக் களுக்கு மத்தியிலே விதிவிலக்கா இருக்கார் உங்க அப்பான்னு என்னுடைய ஃப்ரண்ட்ஸ்க சொன்னத பொய்யாக்க மாட்டீங்கன்னு நினைக்கிறேன்... ப்ளீஸ்... அப்பா.

சுந்தரம் : சரிம்மா... சரியான சமயத்திலே என்ன மடக் கிட்டே. உனது இஷ்டப்படியே ஆகட்டும். நான் அதுக்கு குறுக்கே வரலே. அப்ப நான் அவங்ககிட்ட முடிவைச் சொல்லிடறேன். காலேஜுக்கு புறப்படல நீ.

பாரதி : சரிப்பா... தேங்ஸ்... வர்றேன்ப்பா...

காட்சி - 6

பங்கேற்போர்: சுந்தரம், சகுந்தலா

சுந்தரம் : சகுந்தலா... சகுந்தலா... இப்படி வாயேன். எப்பப்பாரு, அடுப்படியிலே என்னதான் அப்படி வேல கிடக்கு?

சகுந்தலா : என்னங்க... எப்பப் பாத்தாலும் கோர்ட்டில கூப்டுற மாதிரியல்ல கூப்பிடுறீங்க? சொல்லித் தொலையுங்க.

சுந்தரம் : என்னம்மா அதுக்குள்ளாற அலுத்துக்கிறே... இன்னும் எவ்வளவு வேலை பாக்கியிருக்கு. லைஃப்ங்கிறது வசதியா வாழறதில மட்டும் இல்லம்மா. கார், பங்களா, காசு இருந்தா மட்டும் நிம்மதியில்ல. மனமொத்து இருக்கணும். ஆண்கள் பெண்களை அடிமைப்படுத்தும் காலம் மலையேறிப் போச்சு. பெண்ணுக்கும் சில சுதந்திரத்தை அப்பா, அம்மா வழங்கத்தான் வேணும். புரியறதா?

சகுந்தலா : பீடிகை போட்டுப் பேசாதீங்க. எங்கேயோ ரெண்டு கவிதையைப் படிச்சிட்டு வந்து என்ன மடக்கப் பாக்காதீங்க. நேரடியா பேச்சுக்கு வாங்க. பாரதி, அதாங்க உங்க பொண்ணு என்ன சொன்னா, அத முதல்ல சொல்லுங்க. அவள இன்னும் அதிகம் படிக்க வச்சிட்டு சிரமப்படாதீங்க. அப்புறம் அவ படிச்ச படிப்புக்கேத்த வரனை தேடி அலையப் போறீங்க... சொல்லிப்புட்டேன்...

சுந்தரம் : பல்லவி முடிஞ்சு அனுபல்லவியும் முற்றுப்பெற்று சரணம் பாடிக்கிட்டிருக்கேன் நான். நீதான் பழசை நினைச்சு குழப்பம் அடைஞ்சிக்கே இப்ப... படிக்க படிக்க நல்ல பழக்கம் உருவாகும். படிப்பு என்ற செயலை விதைச்சாத்தான் பழக்கம் உருவாகும். குணம் உருவாகணும்னா நல்ல பழக்கத்தை விதைக்கணும். அவளுக்கு எதிர்காலம் உருவாக ணும்னா குணத்தை விதைக்கணும் புரியுதா? நல்லவேளை, பாரதிக்கு அம்மா குணம் கொஞ்சம்கூட இல்ல... தப்பிச்சா...

சகுந்தலா : கோர்ட்டிலே வேலை பாத்ததுக்கு பேச்சை மட்டுந்தான் நிறைய சம்பாரிச்சிருக்கீங்க. நல்லா இதையே சேமிச்சு வையுங்க... உருப்படலாம். கடசியா ஒண்ணு சொல்லிப்புட்டுப் போறேன். வாழ்க்கைக்கு இதல்லாம் பத்தாதுங்க. இவ்வளவு

வறுமைக்கும் இடையிலேயும் எப்படி இப்படியெல்லாம் பேச வருது உங்களுக்கு?

சுந்தரம் : சகுந்தலா... இப்ப ஞாபகம் வருது. எட்டத்தில்தான் இன்பம் இருக்கிறது என்று எண்ணி ஏங்குகிறவன் முட்டாள். தன் காலடியிலேயே அது கொட்டிக் கிடப்பதைக் காண்கிறான் அறிவாளி... உனக்கு சொல்லலை இதை, புரியுதா? வயசாச்சுல்ல, அப்ப நல்லா ரசிச்சே. நாற்பது வயது தாண்டி விட்டாலே நாய்க்குணம் வந்துடும்னு ஆம்பிளைக்கு மட்டும் சொல்லல. உனக்கும் அந்தக் குணம் இருக்கே எப்படி?

சகுந்தலா : உங்ககிட்ட பேச என்னால முடியாது... எக்கேடு கெட்டாவது போங்க. உள்ளே எனக்கு நிறைய வேலை இருக்கு. நான் போறேன். தலையெழுத்த யாராலே மாத்த முடியும்?

சுந்தரம் : ரொம்ப அம்மாக்கள் உன்னை மாதிரி இருந்ததனாலதான் பெண்களுக்கு நியாயமா கிடைக்கிற சுதந்திரமும் அப்பப்ப பறிபோயிடுது. எம் பொண்ணு பாரதியை நல்ல வக்கீலா நீதி வழுவாம, நேர்மை தவறாம உருவாக்கிக் காட்டுறேன் பார். கல்யாணம் ஒரு பொண்ணுக்கு அவசியப்படலாம். ஆனா அதுவே ஆதாரமில்ல. உள்ளே போய் சூடா ஒரு கப் காபி கொண்டா...

சகுந்தலா : காபியைக் குடிச்சிட்டு கடைத்தெருவுக்குப் போயி காய்கறி வாஙகிட்டு சீக்கிரமா வாங்க. அவங்கள்லாம் வர்ற நேரமாச்சு. பாரதிக்கு கல்யாணத்துல இஷ்டமில்லைன்னு பக்குவமா சொல்லிடுங்க.

*

இனிய குடும்பம்

காட்சி - 1

பங்கேற்போர்: இராமநாதன், சீதா

இராம : சீதா... ஏய் சீதா... அடுப்படியிலே என்னடி பண்றே. எப்பப் பாரு... அடுப்படியே கதின்னு கிடக்கிறேயே. செத்த வெளியிலே வந்து தொலையேன்...

சீதா : உங்களோட பெரிய ரோதனையா போச்சு... கால்ல வெண்ணீர ஊத்திக்கிட்டது மாதிரி ஏங்க இப்படி வந்ததும் வராததுமா கத்திக்கிட்டே வர்றீங்க?

இராம : காபி போட ஆரம்பிச்சிட்டியா? காபி, டீ அதிகமா குடிக்கக்கூடாதுன்னு டாக்டரு அட்வைஸ் எல்லாம் காத்திலே பறக்க விட்டாச்சுல்ல... இனிப்பத் தின்னுத்தான் 'ஈ'யின்னு ஆயிட்டியே... தாலி கட்ன நாள் முதலா சொல்லிக் கிட்டிருக்கேன்... இனிமேலேயா என் பேச்சக் கேட்கப் போற... தலையெழுத்து... உன்னைக் குறை சொல்லி புண்ணியமில்ல. பித்தம் அதிகமா

இருக்கு... காபி, டீ குடிக்கறதை கொஞ்சம் குறைச்சுக்கோ அப்படீன்னு நூறு தடவை சொல்லிட்டாங்க டாக்டரம்மா மீனா... குடிக்கிற காபிய நானும் எம் பொண்ணு புனிதாவுந்தான் குறைச்சிக்கிட்டோமே தவிர நீ குறைச்சிக்கிறல...

சீதா : நான் குறைச்சுக்கப் போறதுமில்ல... நீங்க சத்தம் போடறத நிறுத்தப் போறதுமில்ல... எத்தனை தடவை சொல்லிட்டேன் உங்ககிட்ட... சாதத்தை வேணா குறைச்சிக்கிறேன். இனிமே காபி, டீ சாப்பிடறதே என்னாலே விட முடியாதுங்க... சின்ன வயசிலேர்ந்து பழக்கமானது. கல்யாணம் ஆகி 20 வருஷம் ஆகப்போறது... இனிமே நான் எக்கேடு கெட்டுப் போனா உங்களுக்கென்ன? கையலம்பிட்டு வந்து சாப்பிடுங்க முதல்ல... அப்புறமா பேசலாம்.

இராம : உன்ன திருத்த முடியாது... இன்னும் கொஞ்சம் அதிகமாப் பேசினா கண்ணீரை காணிக்கை யாக்கிடுவே. சிரபுஞ்சியிலே சில சமயங்களிலே மழை பெயாமப் போனாலும் போகுமே தவிர நீ உன் பழக்கத்தை நிறுத்த மாட்டே... என்னடியம்மா செய்யிறது தொட்டில் பழக்கம்... சீதா... என்னைத் தேடி யாராச்சும் வந்தாங்களா? புனிதா இன்னிக்கு சீக்கிரம் வந்துருவாளா?

சீதா : என்னங்க... இன்னிக்கி ரொம்பச் சீக்கிரமாவே வந்திட்டீங்க... ஆபீசிலே டேக்கா விட்டுட்டு வந்தது மாதிரியிருக்கு... என்னங்க விசேஷம்?

இராம : ஆமா... ஆமா... நம்ப புனிதாவை பொண்ணு பாக்க வர்றாங்க. விளையாட்டா போன மாதம் கும்பகோணம் போயிருந்தேன்லே, நம்ப கிட்டு கல்யாணத்துக்கு. அப்ப என் பால்ய சிநேகிதன் ரங்கராசன் உன் பொண்ணுக்கு வரன் ஒண்ணு பாத்து வச்சிருக்கேன்... கபிஸ்தலத்திலே இருக்கான்

பையன். பி.எஸ்ஸி., விவசாயம் படிச்சிட்டு சொந்தமா விவசாயத்தைச் செய்யறான். நல்ல உழைப்பாளி அப்படின்னு விளையாட்டா சொல்றானேன்னு நானும் லைட்டா எடுத்துக் கிட்டு அதப் பத்தியே நினைக்கல்லே... காலைலே ஆபீசுக்கு போயி சீட்லே உட்காரவும் போன் மணி அடிக்கவும் சரியா இருந்துச்சு... அதான் ஓர் அரை நாள் சி.எல். (தற்செயல் விடுப்பு) போட்டுட்டு வீட்டுக்கு வந்துட்டேன். அது சரி சீதா... கடைசி வருஷம் படிக்கிற புனிதாவின் படிப்பு இதனால பாதிக்குதே. சரி... சரி... இது சம்பந்தமா மாப்பிள்ள வீட்டுக்காரவங்க கிட்ட பேசிப் பாக்கவா? புனிதா சீக்கிரம் வந்துருவாளா?

சீதா : சாயங்காலம் காலேஜ் விட்டுத்தானே வருவா... அவளுக்கு என்ன ஜோசியமா சொல்லும்? அவ வா்ற வரைக்கும் அவங்களே காத்திருக்க வைக்க முடியுமா? நீங்க போயி அழைச்சிட்டு வந்துருங்க... என்னங்க நான் சொல்றது?

இராம : நீ சொல்றதும் சரிதான். நா அப்புறமா வந்து சாப்பிடறேன்... நீ குடிக்க வச்சிருக்கிற காபியிலே கொஞ்சம் கொண்டா. வாயிலே ஊத்திக்கிட்டு போயிட்டு வந்துடறேன். கேசரி, காராபூந்தி யெல்லாம் செய்யறதுக்கு ஏற்பாடு பண்ணு. இதோ வந்துடறேன். அவங்கள்லாம் 5 மணிக்கு வந்துருவாங்க...

காட்சி - 2

பங்கேற்போர்: இராமநாதன், சீதா, ரங்கராஜன், குருமூர்த்தி, பத்மாவதி, புனிதா

இராமநாதன் தம்பதியர் : வாங்க... வாங்க... பஸ் ஸ்டாண்டிலே காத்திருக்கேன்னு சொன்னேன். ரங்கராஜன்தான்

வேண்டாம்னு சொல்லிட்டான். டாக்ஸி உடனே கிடைச்சிடுச்சா? சீசன் சரியில்ல.

ரங்க : வாடகை நிறைய கேட்கிறாங்கப்பா... கும்பகோணம் தேவலப்பா... வரவர கிராமம் ரொம்ப முன்னேறிப் போச்சுடா. இப்ப காந்திஜி உயிர் பெற்று எழுந்து வந்தாருன்னா அவரையும் சிலையாக்கிடுவாங்க... சரி, புனிதா ரெடியா யிருக்காளா? குசலம் விசாரிச்சு, குலம், கோத்திரம், சம்பிரதாயம் இன்ன பிற... இத்யாதிகள் பாக்கற குடும்பம் இல்லப்பா இவங்க... இவர்தான் பையன் தகப்பனார் பத்மநாபன். இவங்க பத்மாவதி, தாயார். இவருதான் வருங்கால மாப்பிள்ள குருமூர்த்தி, பி.எஸ்ஸி அக்ரி. என்னப்பா தெகச்சு நின்னுட்டே. ஆச்சரியமா இருக்கா? நான் சொன்னா அதுக்கு அப்பீலே கிடையாது இவங்ககிட்டே...

இராம : ரொம்ப மகிழ்ச்சிப்பா... இந்தக் காலத்திலேயும் இப்படியொரு குடும்பமா? அதான்ப்பா தெகச்சு நின்னுட்டேன். (உள்ளே போய்) சீதா... சீக்கிரம் டிபனுக்கு ஏற்பாடு பண்ணும்மா... எல்லாம் ரெடியா இருக்குங்க... வாங்க முதல்ல டிபன் சாப்பிட்டுட்டு பேசலாம்.

குரு : கொஞ்சம் இருங்க... முதல்ல... மனமொத்து பேசி... உறவை கலந்துகிட்டு... பின்னாடி காபியை கலந்துகிட்டு வரச் சொல்லலாம்.

பத்மாவதி: ஆமாங்க... என் பையன் சொல்றதும் சரிதான். முதல்ல பொண்ணைப் பாத்துப் பேசி முடிவு செஞ்சிக்குவோம். அப்புறமா சாப்பிடலாம்...

பத்ம : நம்ப நாட்டிலே சொன்னபடி செய்ய ஆள் இல்லைங்க. கண்டபடி சொல்ல நிறைய ஆட்கள் இருக்காங்க... இப்படிப்பட்ட சமூக அமைப்பிலே

நாமும் வாழ்ந்துகிட்டிருக்கோம். என் பையன் குருவைக் கட்டிக்க உங்க பொண்ணு புனிதாவுக்கு சம்மதமான்னு கேளுங்க... எங்களப் பொருத்தவரை எல்லாமே ஓபனா இருக்கணும். என்ன சொல்றீங்க ரங்கராசன்?

ரங்க : சரியாச் சொன்னீங்க... இராமு அப்புறம் என்னப்பா... பேந்த பேந்த முழிச்சிகிட்டு நிக்கிறே... புனிதாவை அனுப்பு. சீதா போயி அழைச்சிட்டு வாம்மா...

சீதா : புனிதா... இந்த மாதிரி சம்பந்தம் கிடைக்க நாம ரொம்பக் கொடுத்து வச்சிருக்கணும்... நினைத்துக்கூட பாக்க முடியாத அளவுக்கு அவங்க ரொம்ப உயர்ந்திட்டாங்கம்மா... வாம்மா... வந்து எல்லாரையும் நமஸ்காரம் பண்ணும்மா...

குரு : நமஸ்காரமெல்லாம் வேணாம்... தாலி கட்டிகிட்ட பிறகு அதெல்லாம் வச்சுக்கலாம்... அவங்களோட அதான் புனிதாவோட கொஞ்சம் நான் தனியா பேசணும்... அதுக்கு அனுமதி கொடுங்க... முதல்ல மனங்கள் இணையணும். பணங்கள் இணையக் கூடாது... பணங்கள் இணைந்தால் அந்த வாழ்க்கை சுவைக்காது.

இராம : ஆமா தம்பி, ஆயிரத்திலே ஒரு வார்த்தை!

குரு : வாங்க புனிதா... உக்காருங்க... என்னைப்பத்தி சுருக்கமாவே இப்ப சொல்லிடறேன்... கோயமுத்தூர்ல நான் படிச்சிட்டிருந்தபோது... காலேஜ் நண்பர்களோட வரதட்சணை வாங்க மாட்டேன்... பெண்களுக்கு முழு சுதந்திரம் கொடுப்பேன்... மற்ற இளைஞர்களுக்கு எடுத்துக்காட்டா வாழ்ந்து காட்டுவேன் அப்படின்னு உறுதி எடுத்துகிட்டு படிச்சேன். பேச்சில மட்டும் முற்போக்கு இருந்து... அதை

செயல் வடிவிலே பூஜ்யம் ஆக்க... வாழ்க்கையை ஓட்ட விரும்பல. என்னைப்போல ரொம்பப் பேரு இப்படி சங்கல்பம் செய்திட்டு படிப்பு முடிஞ்ச பிறகு... அரசாங்க வேலைக்குப் போனப்புறம் பழசை மறந்து அப்பா, அம்மா கெடுபிடியை மறுக்க முடியாமல் வரதட்சணையோடு வாழ்க்கையை அமைச்சிக்கிட்டு அவதிப்படறாங்க. அந்த ரகத்தைச் சேர்நதவனில்ல நான். ஒவ்வொரு புதுச்செயலின் போதும் உங்கள் பழைய அனுபவத்தை உபயோகிக்கணும்னு மில்டன் சொன்னதை நான் கடைபிடிக்க ஆசைப்படறேன்... என்னை உங்களுக்கு புடிச்சிருக்கா? கல்யாணம் ஆன பிறகும் உங்க படிப்பை நீங்க தொடரலாம். மனம் விட்டுப் பேசுங்க புனிதா. முதல்ல உக்காருங்க... வெட்கமில்லாத குடும்பப் பொண்ணு லாயக்கில்லைன்னு நான் சொல்ல மாட்டேன்.

புனிதா : பெண்கள் பூங்காற்றாக மட்டுமல்ல, அவசியம் நேர்ந்தா புயலாகவும் மாறணும் அப்படின்னு மு.வ. அடிக்கடி சொல்லுவார். ஆனா உங்க பேச்சை கேட்டப்புறம் அப்படியெல்லாம் பெண்கள் மாறத் தேவையில்லையினு நினைச்சிட்டேன். இப்ப நான் கேட்கிறேன். என்னை உங்களுக்குப் புடிச்சிருக்கா?

குரு : ஆண்கள் பெண்களை புரிஞ்சிக்க முடியாதுன்னு ரொம்பப் பேரு சொல்லி நான் கேட்டிருக்கேன். அதுக்காகத்தான் இப்படியெல்லாம் உங்களைக் கேட்கிறேன். நடிகையின் மார்க்கெட்டுக்கு வேண்ணா உடற்கட்டு, முகவெட்டு, ஹாபிட்டு தேவைப்படலாம். குடும்பப் பெண்ணுக்கு அதெல்லாம் தேவையில்ல... பிரச்சினைகளால் உடைந்துபோன மனங்களோடு வீட்டிற்கு வரும்கணவன்மார்களை மகிழவைக்க நினைக்கும் பெண்களையே நான் விரும்புகிறேன்.

புனிதா : அப்ப பெண்கள் அழகா இருக்கக்கூடாதுன்னு சொல்றீங்களா?

குரு : நோ... நோ... அழகு மனதில் இருக்க வேண்டும். அழியக்கூடிய அழகு ஆராதனை செய்ய பயன்படக் கூடாது என்கிறேன். அழகுக்காக மணப்பவர்களின் நிலை பெயிண்டைப் பார்த்து மயங்கி பாழும் பங்களாவை விலைக்கு வாங்குவதற்கு ஒப்பாகும் என்று சொல்கிறேன்... அழகு அடக்கத்தோடு சேர்ந்திருந்தால் சிறப்பு என்று சொல்கிறேனே ஒழிய அழகா இருக்கக் கூடாதுன்னு சொல்லலை...

புனிதா : கெட்டிக்கார மனைவிக்கு அணிகலன்தான் என்ன? சில பேர் சொல்றாங்களே கணவனின் பர்சையும், பர்சனல் நடவடிக்கைகளையும் ஆழ்ந்தும் விழிப்போடும் கவனிப்பவள் கெட்டிக்கார மனைவிதான்... இதப்பற்றி உங்க கருத்தென்ன?

குரு : நீங்க சொல்றதுக்கு அர்த்தம் வேறு வகையா இருக்கணும்னு நான் நெனக்கிறேன்... கணவன் கிட்ட இருக்கிற... அதாவது பர்சில் இருக்குற பணத்திற்கு தகுந்த செலவை சொல்லணும்... அவனுக்கு ஏற்பட்டிருக்கிற இக்கட்டான சூழ்நிலைகளைக் கவனித்து உதவணும்... அப்படிங்கிற பொருளிலே அப்படிச் சொல்லி யிருக்கலாமில்லையா? என்னைப் பொருத்தவரை கெட்டிக்கார மனைவியின் முதல் தகுதி சிரித்தே சாதிப்பது... அழுதல்ல. நமது அன்பில் நட்பில் கீறல்கள் இருக்கலாம். முறையற்ற மீறல்கள் இருக்கக்கூடாது. திருமணம் என்றால்... ‘திரு’ என்றால் அழகு. ‘மணம்’ என்றால் இணைதல். இரண்டு அழகிய, மனம் ஒத்த மனங்கள் இணைதல் என்று பொருள் ஆகிறது.

புனிதா : நீங்க விவசாயம் பற்றித்தான் அதிகம் படிச்சிருப்பீங்கன்னு நெனச்சேன். மற்றவங்க

மனசையும்... ஏன்... இந்த உலகத்தையே நல்லா படிச்சிருக்கீங்க...

குரு : புனிதா... எனது கடந்த கால வாழ்க்கை ஒரு சோகம் நிரம்பியது. கஷ்டப்பட்டு படிச்ச படிப்பை வச்சு விவசாயம் செஞ்சு முன்னேறியிருக்கேன்... படிச்சவுடனே வேலைக்குப் போகணும்னு படிக்கலே... நாற்காலியிலே உட்கார்ந்து மாசம் பொறந்தா 'கரன்சியா' எண்ணி பாக்கெட்டுலே வைக்க விரும்பலே... ரொம்பப் பேருக்கு நம்ம வழிகாட்டியா இருக்கவே விரும்பினேன்... இனியும் விரும்புவேன். கரன்சி பெரிசில்ல... கஞ்சிதான் பெரிசு. ரொம்பப் பேரு அதை இப்ப அனுபவிக்கிறாங்க... தோல்வியிலே கற்பதுதான் அதிகம்... ஜப்பான்காரனுக்கு ஏற்பட்ட தோல்விதான் இன்றைக்கு ஏனைய நாட்டுக்காரங்க பாராட்டுற அளவுக்கு முன்னேத்தியிருக்கு.

புனிதா : யூ ஆர் கரெக்ட்... உங்கள மாதிரி ஊருக்கு ஒரு இளைஞர் இருந்தா போதும். நம்ப நாடு சீக்கிரமே முன்னேறிடும். உங்கள நான் மேரேஜ் பண்ணிக்கிறதில பெருமைப்படறேன். சரி வாங்க போகலாம்... அவங்க காத்திருப்பாங்க...

காட்சி - 3

(ஒரு சுபயோக சுபதினத்தில் குரு-புனிதா திருமணம் நடந்தேறியது)

பங்கேற்போர்: குரு, புனிதா, பத்மாவதி

குரு : புனிதா... புனிதாக்கண்ணு... என்னம்மா முகமெல்லாம் வேர்த்திருக்கு... என்ன நீ, நான் பாட்டுக்கு கேட்டிட்டிருக்கேன். பேசாம கண்ணை மூடிகிட்டு சுவத்திலே சாஞ்சிட்டிருக்கே...

புனிதா : காலையிலேர்ந்து மயக்கமா வருதுங்க...

குரு : மயக்கமா? அதையேன் காலையிலே என்கிட்ட சொல்லலை... கல்யாணமாகி ஏழுமாசமாகப் போறது. விவசாயம்... விவசாயம்னு நிலத்தையே சுத்தி வந்துட்டேன்... இனிமே உன்னையே சுத்தி வர்றதா எண்ணம்... சாரி புனிதா... இப்பவே போயி டாக்டரை பார்த்து அழைச்சிட்டு வரட்டுமா? அதோ அம்மாவே வந்துட்டாங்க... அம்மா... இவளுக்கு மயக்கமா வருதான்... கொஞ்சம் பாருங்க.

பத்மாவதி: என்னம்மா புனிதா, என்ன ஆச்சு உனக்கு? வேலையாளுங்க இருக்கறப்போ உன்ன வேற போட்டு அந்த சேற்றிலே இழுத்துட்டான்... வேலையாளுங்ககிட்ட சாதத்தைக் கொடுத்து அனுப்பு, அனுப்புனு தலையிலே அடிச்சுக்கிட் டேன். நீ கேட்கலே... காலேஜ்ல படிச்சிட்டிருந்த உன்னை காடுமேடெல்லாம் இழுத்தடிக்கிறான் இவன்... நீயும் புருஷனுக்குத் தோதா நானே போறேன் மாமி அப்டினு சொல்றே... பெரியவங்க பேச்சையும் கொஞ்சம் கேக்கணும்மா... ஏய் ஏண்டா நிக்கறே, போயி மீனா டாக்டரை சீக்கிரமா கூட்டிக்கிட்டு வாடா... புனிதா மெல்ல எழுந்து என் மடியிலே தலையை வச்சுக்கம்மா... காலையி லேர்ந்து நீ ஒண்ணுமே சாப்பிடலே போலிருக்கே... ஏம்மா... காப்பியாவது குடிச்சியா? இல்லையா?

புனிதா : மாமி, நான் காபியே சாப்பிடறதில்ல... பழகிப்போச்சு மாமி... அம்மம்மா...

பத்மா : நல்ல பொண்ணும்மா நீ. காலேஜ்ல படிச்ச பொண்ணு இப்படி கட்டுப்பெட்டியா இருக்கிறியே... இப்படியொரு மாட்டுப்பொண்ணு கிடைக்க நான் கொடுத்து வச்சிருக்கணும்மா...

என்னம்மா முகத்தைச் சுழிக்கிறே... வாந்தி வர்றது மாதிரி நமட்டுறே...

புனிதா : ஆமா மாமி... 'வாமிட்' வர்ற மாதிரி இருக்கு...

பத்மா : அதோ... டாக்டரம்மா வந்தாச்சும்மா... எழுந்திரு அப்படியே அந்தக் கட்டில்லே படுத்துக்க... வாங்க... வாங்க டாக்டர்.

டாக்டர் : (புனிதாவை பரிசோதித்துவிட்டு) கங்கிராட்ஸ் குருமூர்த்தி... நல்ல செய்திதான். புனிதா பிரகனன்சியா இருக்காங்க... பத்மாம்மா உங்களுக்கு விரைவில பேரன் அல்லது பேத்தி பிறக்கப் போறாங்க...

பத்மா : நன்றி டாக்டர், புனிதா... நீ இனிமே வயலுக் கெல்லாம் போகக்கூடாது. நல்லா ரெஸ்ட் எடுத்துக்கணும்... குருமூர்த்தி சாயங்காலம் புனிதாவை காலார அப்படியே நம்ப முருகன் கோயிலுக்கு அழைச்சிட்டுப் போயி அர்ச்சனை ஒண்ணு பண்ணிக்கிட்டு வந்துரு. உங்க அப்பா கேட்டா சந்தோஷப்படுவார். ஏங்க... ஏங்க... எங்கே போயிட்டார்... பேப்பர் பார்க்க லைப்ரரி போயிருப்பாரோ... சரி, சரி... வரட்டும்.

குரு : கண்ணு... ஒரே புளகாங்கிதமா இருக்கா? ஏகப்பட்ட சப்போர்ட்டு... உனக்கு இனிமே எனக்கு இங்கே இடமில்ல...

பத்மா : நீ போயி நம்ப கூட்டு வண்டியை ரிப்பேர் பண்ணிக்கிட்டு வா... போ... அடிக்கடி டவுனுக்குப் போய் வரணுமில்ல...

குரு : புனிதா... அடி கள்ளி... என்னைக் கவனிக்காதது மாதிரியில்ல இருக்கிறே... வீட்டிலே எல்லாரையும் வளைச்சுப் போட்டிட்டியே... கொஞ்சம் சிரி... பார்க்கலாம் ப்ளீஸ், புனிதா..

புனிதா : சும்மா போங்க... மாமி இருக்காங்கள்ல... சின்ன புள்ளயாட்டம் என்னங்க பேச்சு இது... அதுக்குள்ளாற புள்ள வந்திடிச்சின்னு நான் கவலையா இருக்கேன்... நீங்க ஒண்ணு...

குரு : இப்ப பெத்துக்க... அடுத்த குழந்தைக்கு நெறைய இடைவெளி விட்டாப் போச்சு. சாகுபடிக்கு ஏத்த நிலந்தான்னு நிரூபிச்சாச்சு...

புனிதா : இதப்பாருங்க இதுமாதிரி இரட்டை அர்த்தத்தில பேசாதீங்க... எப்பப் பாத்தாலும் உழைப்பு... உழைப்பு... கொஞ்சம் நீங்களும் ரெஸ்ட் எடுத்துக்கங்க.

குரு : இப்ப நாட்டுக்கு தேவை இது ஒண்ணுதான். நம்மையும் உயர்த்திக்கணும். அதேசமயம் ரெண்டு பேருக்கு உதவியது மாதிரியும் இருக்கணும்... அரசாங்கத்தை குறை சொல்றதை விட்டுட்டு நாம்ப உழைச்சு மற்றவங்களுக்கு வழிகாட்டியா நிற்கணும்.

புனிதா : அப்புறமா அதைப்பத்தி பேசிக்கலாம். வயலுக்குப் போயிட்டு வாங்க... சாப்பிட்டுட்டு போயிருங்க... உடம்பைக் கெடுத்துக்காதீங்க.

குரு : கஷ்டங்கள் எப்படி மனதைப் பலப்படுத்துமோ... உழைப்பை உலகத்தை நம்ப நாட்டை குறிப்பா ஒவ்வொரு மனுசனின் வாழ்க்கையை வலுப்படுத்தும்.

புனிதா : கையிலே அழுக்குப் படாம வேலை செய்ய விரும்பும் எண்ணற்ற இளைஞர்கள் மத்தியிலே நீங்க ஒரு சூப்பர் ஸ்டாருதாங்க...

குரு : எங்கேயோ காபி அடிச்ச மாதிரி இருக்கு... நீ சொல்றது சுயமா சிந்திச்சு... சுயமா உழைச்சு... சுகமா அனுபவிக்கிற அனைவரும் சூப்பர்

ஸ்டாருதான்... புரிஞ்சுக்க புனிதா. அதோ அப்பா வந்துட்டாங்க... அப்பா உங்கள புனிதா பார்க்கணும்னு ஆவலா இருக்கா...

புனிதா : மாமா... என்னை ஆசீர்வாதம் பண்ணுங்க.

இராம : நல்லாருமா... நல்லாரு... பதினாறு குழந்தைகளை பெத்துக்காம பதினாறு செல்வங்களைப் பெற்று நல்லா இரு. போயி குளிச்சிட்டு சாப்பிடு போ, குருமூர்த்தி... நம்ப பம்பு செட் திடீர்னு நின்னு போச்சு... கழட்டிப் பார்த்தா 'நாசல்' தேய்ஞ்சு போச்சு... போயி எலக்ட்ரிகல் ஸ்டோர்ல சொல்லி மெக்கானிக்கை அழைச்சிட்டு ஸ்பேர் பார்ட்ஸையும் வாங்கிட்டு வந்துரு.

குரு : சரிப்பா... போயிட்டு வந்துர்றேன்...சீக்கிரம் சாப்பிட்டுட்டு வயலுக்கு வந்துருங்க...

இராம : இப்படி ஒரு மகனைப் பெத்ததுக்கு நான் ரொம்பப் பெருமைப்படணும்... ஒவ்வொரு இளைஞனும் இவன் மாதிரி இருந்துட்டா நம்ப நாட்டிலே பஞ்சம், பசி தெரியாம மறைஞ்சி போயிடும். அந்தக்காலம் விரைவில் வரத்தான் போகுது.

*

புதுமைப்பெண்

காட்சி - 1

பங்கேற்போர்: முத்தையா, வரதராசன். பார்வதம்

    (கணவனும் மனைவியும் தங்களின் புதல்வி சிவகாமியின் மேற்படிப்பு பற்றிய சிந்தனையில் மூழ்கியிருக்கும் போது குடும்ப நண்பர் முத்தையா வரல்)

கணவன்/மனைவி இருவரும் : வாங்க! வாங்க!

முத்தையா: என்ன ரெண்டு பேரும் ஏதோ கவலயா இருக்காப்போல இருக்கு? வரதா எப்படியிருக்கே?

வரதராசன்: முத்தையா, உங்ககிட்ட ஒரு விஷயம் சொல்லணும், சொல்லணும்னு பல நாளா நினைச்சிக்கிட்டிருந்தேன். நீங்களே வந்துட்டீங்க. நம்ம பொண்ணு சிவகாமி இந்த வருஷம் ஸ்டேட்ல பர்ஸ்ட் வந்துருக்கா.

முத்தையா: அப்படியா! ரொம்ப சந்தோஷம். அதுக்குப்போயி சந்தோஷப்படாம, புருஷனும் பொண்டாட்டியும் கன்னத்துல கை வச்சுக்கிட்டு வேறென்ன யோசிச்சுக்கிட்டு இருக்கீங்க? எங்க சிவகாமி?

வரதராசன்: முத்தையா, இந்த வருஷத்தோட இவ படிப்பை நிறுத்தச் சொல்லலாமுன்னு நெனச்சிக்கிட்டிருந்தேன். இப்ப என்னடான்னா ஆவரேஜ்லே பாஸ் பண்ணாமே ஸ்டேட்லே பர்ஸ்ட் வந்திருக்கா... அதான் மேலே படிக்க வைக்காம என்ன பண்றது? நம்ம சமூகத்தில பொண்ண படிக்க வச்சதே தப்புங்கிற மாதிரி பேசுறாங்க. கஷ்டப்பட்டு ஹையர் செகண்டரி வரை படிக்க வச்சிட்டேன். காலேஜ்லே சீட்டு வாங்கணும். மேக்கொண்டு செலவு இருக்கு... உனக்குத் தெரியாததா?

முத்தையா: உண்மைதான். நல்லா படிக்கிற பொண்ணுங்களுக்கும், பையன்களுக்கும் வசதியிருக்காது. வசதி படைச்ச ஆவரேஜ் மார்க் வாங்கி பாஸ் பண்ணுகிற புள்ளைங்களுக்கு காலேஜ்லே சீட்டு கெடச்சிடும். இந்த சமூக அமைப்பும், நம்மோட கல்வித்தரமும் அப்படி இருக்கு... நெருங்கிப் பாக்குறபோது எட்டத்திலதான் அமஞ்சிருக்கு.

பார்வதம் : பொண்ணா இருந்தாலும் ஆணா இருந்தாலும் ஒண்ணுதான்னு யதார்த்தமா பேசத்தான் நல்லாயிருக்கும். நடைமுறையில சாத்தியப் படாதுன்னு எங்க அப்பா அடிக்கடி சொல்வாங்க. எங்களுக்கு ஆம்பளப் புள்ள இல்லேங்கிற குறை கிடையாது. ஆனா, அததது வயசுக்கு வந்தபெறகு கல்யாணம்னு ஒண்ணு வேணுங்கிற நினைப்பு வருது. நான் சொல்றேன், நம்ப வசதிக்கேத்தபடி ஒரு பையனைப் பாத்து கல்யாணத்தை பண்ணிப்புட்டா என்னன்னு இவங்ககிட்டே கேட்டேன். அதுக்கு

இவங்க நம்ம பொண்ணு நல்லா படிக்கும் போலிருக்கு. பிச்சையெடுத்தாவது படிக்க வச்சிடலாம்னு சொல்றாங்க. எலிமெண்டரி ஸ்கூல் வாத்தியாரால என்ன முடியும்? அதுவும் இன்னும் அஞ்சு வருஷந்தான் இருக்கு ரிட்டயர்ட் ஆவதற்கு. நீங்களே ஒரு முடிவைச் சொல்லிட்டுப் போங்க.

முத்தையா: தங்கச்சி பர்வதம். நான் ஒண்ணு சொல்றேன் கேட்டுக்கம்மா... ஒரு பழமொழி சொல்வாங்க - வாத்தியார் புள்ள மக்கு, டாக்டரு புள்ள நோயாளின்னு - விதிவிலக்கு மாதிரி உங்க பொண்ணு நல்லா படிச்சு பாஸ் பண்ணியிருக்கா. பாரதி சொன்னதுபோல இவள ஒரு புதுமைப் பொண்ணா உருவாக்கினா என்ன? நம்ம தமிழ்நாட்டிலே எத்தனை பொண்ணுங்க இப்ப ஐ.ஏ.எஸ். கலெக்டராகவும், தாசில்தாராகவும், டாக்டராகவும் இருக்காங்க... உலக அரசியலிலே எத்தனை பூவையர்கள் சிறப்பாக, துணிச்சலோட செயல்படறாங்க...

பர்வதம் : யதார்த்தமா சொல்லாதீங்கண்ணா... அது சொல்றதுக்கு நல்லாயிருக்கும். செயல்ல அனுபவிச்சாத்தான் கஷ்டம் புரியும்.

முத்தையா: இப்ப யதார்த்தம்கூட கலைப்படைப்பாயிடுச் சும்மா. எங்க பாட்டி பாடுன தாலாட்டுப் பாட்ட ஒருத்தர் ஆராய்ச்சிக்கு எடுத்துக்கிட்டு ஆராய்ச்சி செய்து டாக்டரேட் வாங்கப்போறார். கிராமத்துச் சனங்க சிந்திக்க தெரியாதவங்க அப்டினு சொன்னது அந்தக் காலம். மகாத்மா சொன்னது இப்பத்தான் பலிச்சிக்கிட்டு வருது. ஜீவன் நம்ம எழுத்துலயும், பேச்சிலேயுதாம்மா இருக்கு... இருக்க முடியும். ஒம் பொண்ணுகூட மேடையில நல்லா பேசி ஏகப்பட்ட பரிசுகூட வாங்கியிருக்கா அப்டினு நீகூட போன தடவை என்கிட்ட

சொன்னியே. அதனால சொல்றேன், அவள உங்க குறுகிய வட்டத்துக்குள்ளே அடச்சி வைக்காம... வெளியே விடுங்க. அவளுக்கு இருக்கிற ஆர்வத்தை கணக்கிட்டு பார்த்தா எதிர்காலத்திலே இந்தப் பூமிக்கு கண்களா வருவா...

வரதராசன்: முத்தையா, நீ சொல்றதுதான் சரி. எப்பாடு பட்டாவது சிவகாமியை டாக்டருக்குப் படிக்க வைக்கிறதா முடிவு பண்ணிட்டேன்.

முத்தையா: வெரிகுட்... அதான்சரி. அப்ப நாம நாளக்கி சந்திக்கலாம்.

பர்வதம் : இருங்கண்ணே... காபி சாப்பிட்டு போகலாம்.

காட்சி - 2

பங்கேற்போர்: வரதராசன், மருதமுத்து, பர்வதம்

(பக்கத்து ஊரிலிருந்து வாத்தியார் வரதராசனுடைய மைத்துனர் மருதமுத்து வரல்)

வரதராசன்: வாங்கத்தான்... வாங்க... வாங்க... தங்கச்சி, குழந்தைகளெல்லாம் சௌக்கியமா? தங்கச்சியை யும் ஒரு தடவை அழைச்சிக்கிட்டு வந்தா என்ன?

மருதமுத்து : ஒன் தங்கச்சி மகனுக்கு வெளிநாடு போறதுக்கு விசா வந்துருச்சி. எவ்வளவு சொல்லியும் கேக்க மாட்டேன்கிறான். இருக்கிற சொத்து போதாதா? எங்களுக்கு ஒரே புள்ள அவன். இவன் போயி சம்பாதித்து கொணர்ந்துதானா நாங்க சாப்பிடப் போறோம். சிவகாமியை அவனுக்குக் கட்டி வச்சிட்டா என் பொறுப்பு தீர்ந்துறமுண்ணு பாத்தாக்க கேட்க மாட்டேங்கறான். நீதான் அவனுக்கு புத்தி சொல்லணும்.

வரதராசன்: அவன் ஆசையை நீங்க ஏன் கெடுக்குறீங்க... இந்தக் காலத்துப் புள்ளைங்க நாம சொல்லி கேக்குமா? நம்ம சிவகாமிக்கு மெடிகல் காலேஜ்ல சீட்டு கெடச்சிருச்சு. அவள டாக்டருக்குப் படிக்க வச்சுடறதுங்கிற முடிவுக்கு வந்துட்டேன்.

மருதமுத்து : (கோபமாக) போன தடவை வந்தப்ப மேல படிக்க வக்கிற மாதிரி இல்ல... கல்யாணம் பண்ணிக் கொடுத்துறதுதான் சரின்னு சொன்னே. என்ன, வாத்தியாரு புத்தியை காட்டுறியா? இப்ப நான் வந்தது கல்யாணம் பண்றதைப் பத்திப் பேசத்தான். நீர் என்னடான்னா பெரிய குண்டைத் தூக்கி போடறியே.

வரதராசன்: ஆமாத்தான்... சிவகாமி படிப்பு மேல ரொம்பக் கவனமா இருக்கா... ரொம்பப் பேரு என்ன கஷ்டப்பட்டாலும் அவள படிக்க வச்சிரு'க... ஒரே பொண்ணு அவ. அப்டினு சொன்னதை ஏத்துக்கிட்டு காலேஜ்ல சீட்டு வாங்கி சேர்த்தாச்சு... உங்க தங்கச்சியும் அதையேதான் விரும்பினா... சரி, சரி வாங்க, ரோட்லேயே நிக்க வச்சுப் பேசிக்கிட்டிருக்கேன். வீட்டுக்குப் போயி உக்காந்து பேசலாம்.

பர்வதம் : வாங்க அண்ணா. அண்ணி குழந்தைகள்லாம் சௌக்கியமா? அறுவடையெல்லாம் நல்லபடியா முடிஞ்சிடிச்சா? சங்கரன் சௌக்கியமா? படிப்பைக் கூட இடையிலே நிறுத்திப்புட்டு வெளிநாடு போறதா... நம்ம பாக்கியம் சொன்னா... உண்மையா அண்ணா?

மருதமுத்து : ஆமாம்மா! இன்னும் ஒருமாசத்தில வெளிநாடு போகப் போறான்.

பர்வதம் : ரொம்ப சந்தோஷம் அண்ணா... வெளிநாடு போயிட்டு சௌக்கியமா திரும்பி வரட்டும். அதுக்குள்ளாற நம்ம சிவகாமியும் படிச்சி பெரிய

டாக்டரா வந்துடுவா... ரெண்டு பேருக்கும் ஜாம் ஜாமென்று கல்யாணத்தை முடிச்சிடுவோம்.

மருதமுத்து : ரொம்ப அவசரப்பட்டுட்டியே பார்வதம்... அவ படிச்சு என்ன செய்யப் போறா... என்னிக்கு இருந்தாலும் சங்கரனுக்கு சிவகாமிதான்னு முடிஞ்சி போச்சு. அப்புறம் அவள ஏன் மேல படிக்க வைக்கணும்? எனக்கு ஒரே புள்ள, ஏகப்பட்ட சொத்து அவளுக்குத்தானே எல்லாம்.

பார்வதம் : அண்ணே, புத்திசாலித்தனமா நல்லா படிக்கிறா... சின்ன வயசிலே இருந்து உங்க அத்தான் அவள நல்ல நிலைக்குக் கொண்டு வந்து டாக்டராக்கி, நம்ப ஊர் ஜனங்களுக்கு சேவை செய்யணும்னு கனவு கண்டுக்கிட்டிருக்கார்... அந்த ஆசையை ஏன் நாம தடுக்கணும்.

மருதமுத்து : ஆனா... டாக்டரான உடனே சிவகாமி சங்கரனை மறந்துடப் போறா... அவனோ படிப்பை பாதியிலே நிறுத்திட்டு காசு, காசுன்னு அலயறான். பொருத்தப்படுமா ரெண்டு பேருக்கும்?

பார்வதம் : எல்லாம் சரியாப் போயிடும் அண்ணா? சரி, போயி களைப்புத் தீர ரெண்டு வாளி தண்ணியை தலையில ஊத்திக்கிட்டு வாங்க சாப்பிட்டுட்டு பிறகு பேசலாம்.

காட்சி - 3

(வெளிநாடு செல்லும் சங்கரனை வழியனுப்பு விழா)

பங்கேற்போர்: சங்கரன், சிவகாமி

சங்கரன் : சிவகாமி, என்ன பேசக்கூட மாட்டேங்கற... நீ டாக்டரான உடனே முதல் பேஷண்டு நானா இருக்கணும்னு கடவுளை வேண்டிக்கறேன்.

சிவகாமி : சே... சே... என்னத்தான் பேச்சு இது... அபசகுணமாட்டம், வெளிநாடு போயி நிறைய சம்பாரிச்சுக்கிட்டு வாங்க... பக்கத்து ஊர்ல இருக்கிற நிலத்தையெல்லாம் வாங்கலாம். காரு, பங்களாவோட வாழலாம்... என்ன, நான் சொல்றது கேக்குதா? என்ன என் முகத்தையே பாத்துக் கிட்டிருக்கீங்க... மருந்து பாட்டில்ல ஒட்டி யிருக்கிற லேபிள படிக்கிற மாதிரி.

சங்கரன் : சிவகாமி, நல்லாவே பேசற நீ இப்ப. மெடிகல் காலேஜ் போயி ஒரு மாசம்கூட ஆகல, எப்ப இதெல்லாம் கத்துக்கிட்டே?

சிவகாமி : சங்கரன், உலகத்த புரிஞ்சிக்கிறதுக்கு வயது தேவை இல்ல... வறுமை வந்தா போதும். வாழ்க்கை மருந்து பாட்லு போல. அழகான பாட்டில்ல... கசப்பான மருந்து இருக்குமே அதுமாதிரி... வசதியிருக்கிற வங்ககிட்ட போனா அழகா பேசறாங்க. உதவி கேட்டா கசப்பா பேசி நம்மள அனுப்பிடறாங்க... ஆனா உங்களுக்கு எனது பணிவான அட்வைஸ் என்னன்னா, நிறைய சம்பாதிச்சு பணக்காரனா வாங்க... அந்தப் பணம் என்ன மாதிரி படிச்சிட்டு இருக்குற ஏழைப் பொண்ணுங்களுக்கு வாழ்க்கை அமைச்சுக் கொடுக்குறதுக்கு உதவியா இருக்கட்டும்.

சங்கரன் : சிவகாமி... உன்னோட அட்வைஸ் எனக்கு ஒரு டானிக் மாதிரி, நோயாளியா வரமாட்டேன். நேயமான மனிதரா திரும்புவேன்.

வரதராசன்: சரி, சரி, வண்டி வந்துகிட்டிருக்கு. பேச்சை நிறுத்துங்க ரெண்டு பேரும்... சங்கரன் போய்ச் சேர்ந்ததும் உடனே லட்டர் போடு.

சங்கரன் : சரி மாமா. வரட்டுங்களா, வர்றேன்ப்பா.

அனைவரும் : பத்திரம்... உடம்பை நல்லா கவனிச்சுக்குங்க.

காட்சி - 4

(கிராமத்தில் ஒரு கிளினிக். டாக்டர் சிவகாமி)

பங்கேற்போர்: கிராமத்து பாட்டி, சிவகாமி, முத்தையா

பாட்டி : டாக்டரு தாயி, நீ நல்லாயிருக்கணும்மா, உனது கை பட்ட உடனே நோயி பறந்து போயிடும்னு நம்ப ஊர்லே எல்லாரும் சொன்னது பொய்யில்ல...

சிவகாமி : பாட்டி... மெதுவா... வீட்டுக்குப் போயிடு வீங்கள்ல... ஓரமா போங்க பாட்டி. ரெண்டு மூணு நாளைக்கு கஞ்சிதான் குடிக்கணும். புரியுதா? மீண்டும் காய்ச்சலை இழுத்துக்காதீங்க... இந்தாங்க இதை வச்சுக்குங்க.

பாட்டி : என்ன கண்ணு இது... அடடே.. பணம். பத்து ரூபா! மகராசியா இருப்பே... சீமாட்டியா வருவே...

(முத்தையா வருதல்)

முத்தையா: என்ன டாக்டர், அந்தப் பாட்டி உங்கள வாயாரப் புகழ்ந்துகிட்டே போவுது.

சிவகாமி : வாங்க மாமா, வாங்க. சிவகாமின்னு கூப்பிட்டாலே போதும்... உட்காருங்க.

முத்தையா: எதிர்காலம் ஒளிமயமா இருக்கணும்னுதான் ஒவ்வொருத்தரும் முயற்சி பண்ணி படிக்கிறோம். கஷ்டப்பட்டு சம்பாதிக்கிறோம். தொடங்கும் போது இருக்கிற எண்ணமும், ஆர்வமும் பதவி, காசு சேர்ந்த பின்னாடி நமக்கு, நம்மைச் சேர்ந்தவங் களுக்கு... அப்படின்னு ஆகிடறாங்க... ஆனா நீ படிச்சு டாக்டர் ஆன பின்னரும் பின்தங்கிப் போயிருக்கும் நம்ம கிராமத்து ஜனங்ககிட்ட அன்பா பழகியும் ஆதரவா பேசியும், நோய் தீர மருந்தும் மாத்திரையும் கொடுக்கிற... உண்மை

யிலயே நீ ஒரு புதுமையான பொண்ணுதாம்மா... உன்ன மாதிரி பேசறதை செயல்ல காட்டுற மனுஷங்க குறைவா இருந்தாலும் நாளடைவிலே அதிகமா வரணும்னு நான் ஆண்டவன்கிட்ட வேண்டிக்கிறேன்ம்மா... வேண்டிக்கிறேன்... நல்லாரும்மா, நல்லாரு... வர்றேம்மா.

சிவகாமி : போயிட்டு வாங்க மாமா. மாமா, அப்படியே போகும்போது நம்ம வீட்டு வழியாத்தானே போறீங்க. அப்பாகிட்டயும் அம்மாகிட்டயும் கிளினிக்கில கொஞ்சம் வேலை இருக்கு, லேட்டா வர்றதா சொல்லிடுங்க மாமா.

முத்தையா: சொல்றேன்ம்மா... அப்ப வரட்டுமா?

சிவகாமி : போயிட்டு வாங்க மாமா.

காட்சி - 5

பங்கேற்போர்: வரதராசன், சிவகாமி

வரதராசன்: ஏம்மா... சிவகாமி உனக்காக உங்க அத்தான் கல்யாணம் பண்ணிக்காம இருக்கான். வெளிநாடு போய்ட்டு அஞ்சு வருஷம் கழிச்சு வந்திருக்கான். நீயும் டாக்டராகி ஆறு மாசம் ஆச்சு... என்னம்மா சொல்றே... வர்ற தையிலே கல்யாணத்தை முடிச்சிடலாமா?

சிவகாமி : என்னப்பா இது... விஷயம் தெரிஞ்ச நீங்களே இப்படி கேக்குறீங்க... காலைல போற நான் ராத்திரி 12 மணிக்குத்தான் கிராமத்திலிருந்து திரும்பறேன். ராத்திரி படுத்து காலையிலே எழுந்திருக்கிற வரைக்கும் மனசுல இந்த கிராமத்து ஏழைங்க முகந்தான் தெரியுது. வாழ்க்கையின்னு ஒண்ணு ஏற்பட்டா அத்தானுக்கு ஏத்த மனைவியா நான் இருக்கணுமில்லையா... சாத்தியப்படும்மா இது?

வரதராசன்: அவந்தான் எல்லாத்துக்கும் ஒத்துப்போறதா சொல்றானேம்மா... நானும் ரிட்டயராயிட்டேன். உங்கம்மாவுக்கும் வயசாயிடுச்சு. நீதானேம்மா எங்களுக்கு புள்ளைக்கு புள்ளையா, பொண்ணுக்குப் பொண்ணா இருக்கே. நீ நல்லா இருக்கிறதைப் பார்த்துட்டு கண்ணெ மூடுனா... திருப்தியா...

(இடைமறித்து)

சிவகாமி : பத்தாம்பசலித்தனமா பேசாதீங்கப்பா... நீங்கதான் பேசறீங்களா இவ்வளவையும். உங்களுடைய உயர்ந்த எண்ணங்களிலே மாற்றம் எப்படியப்பா ஏற்பட்டுச்சு... வயசானா மாறிப்போகுமா?

வரதராசன்: மாறலேம்மா... மாறல... உனது சேவை நம்ம கிராமத்துக்கு வேணும் அப்படின்னுதான் கவர்ன்மெண்ட் வேலைக்குக்கூட உன்னெ அனுப்பலே...

சிவகாமி : அப்படி இருக்கச்ச எப்படிப்பா... கல்யாணம் அது, இதுன்னு பேசறீங்க?

வரதராசன்: சங்கரனுக்கு வயசாகிட்டே போகுது. அவனும் உன்னை விட்டா வேறொருத்தியை கட்டிக்க மாட்டேங்கிறான். உனக்குத்தான் அவன்... அவனுக்குத்தான் நீன்னு முடிஞ்சு போச்சு.

சிவகாமி : இல்லப்பா... என்னை இனிமே இது சம்பந்தமா கேட்டீங்கன்னா நானும் வெளிநாடு போயிடுவேன். அப்ப நம்ம கிராமத்து ஜனங்க இங்கேயே செத்துத் தொலைய வேண்டியதுதான். இதை இத்தோட நிறுத்திக்கோங்க.

வரதராசன்: சரிம்மா... உனது துணிச்சலையும் சேவை மனப்பான்மையையும் மனசார பாராட்டுறேன். உன்ன பெத்ததுக்குப் பெருமைப்படறேன்ம்மா... பெருமைப்படறேன்.

*

எல்லை மீறிய ஆசைகள்

காட்சி - 1

பங்கேற்போர்: சுசீலா, வள்ளி

சுசீலா : ஹலோ... வள்ளி, எப்படியிருக்கே? உன்னெப் பாத்து எவ்வளவு நாளாச்சு!

வள்ளி : இருக்கேன் சுசீ... அதுக்கு ஒண்ணும் கொறச்ச லில்லே... காரு புதுசா...மாருதியா? சிவப்பு கலர்னா உனக்குப் பிடிக்குமே... ஆமா, என்ன நீ மட்டும் வந்திருக்கே? உங்க வீட்டுக்காரர் ஷாப்பிங் வரலியா?

சுசீலா : இல்லடி...

வள்ளி : என்னம்மா சளிச்சுக்கிறே... வசதியிருக்கறவங்க எல்லாருமே இப்படித்தானோ?

சுசீலா : அதயேங் கேக்கறே... எப்பப் பார்த்தாலும் கம்பெனியைப் பத்தித்தான் நெனப்பு... கம்பெனி

மீட்டிங்க அது, இதுன்னு முக்கால்வாசி நாட்கள் வெளியூர் கேம்ப் போயிடறார். பணக்கார மாப்பிள்ளையை மேரேஜ் பண்ணிக்கிட்டது எவ்வளவு தப்புன்னு இப்பத்தான் தெரியுது. ஏகப்பட்ட வசதி இருந்தும் என்ஜாய் பண்ண முடியல.

வள்ளி : பணக்காரங்களுக்குரிய போலித்தனம் உன்னையும் புடிச்சுக்குச்சா... நீதானே அந்த மாப்ளேதான் வேணும்னு கல்யாணம் செஞ்சுகிட்ட. வேளைக்கு ஒரு ட்ரெஸ். அழகான பங்களா, கூப்பிட்ட குரலுக்கு வேலைக்காரங்க... மார்க்கெட்லே லேட்டஸ்ட்டா வர்ற விலையுயர்ந்த ஹவுஸ் கோல்டு ஆர்டிகல்ஸ்... இப்படி சகல வசதியோட வாழ்ற உனக்கு போரடிக்குதா? நல்லாவே நடிக்கக் கத்துகிட்ட போ...

சுசீலா : உண்மையைத்தான் சொல்றேன் வள்ளி... அப்ப படிச்சி, படிச்சி சொன்ன அம்மாவை கட்டுப் பெட்டின்னு சொல்லி அப்பா பாத்த பணக்கார இடத்திலே சம்பந்தம் வச்சுக்கிட்டது ரொம்பத் தப்பா போச்சும்மா. இப்ப மெல்லவும் முடியாம விழுங்கவும் முடியாம தவிக்கிறேம்மா... தவிக்கிறேன்.

வள்ளி : என்ன நீ, சின்னக் குழந்தையாட்டம் கண்கலங்குறே? காலேஜ்லே படிக்கிறபோது நீ பேசின பேச்சு என்ன... உன்னோட புதிய சிந்தனைகளைக் கேட்டு எத்தனை மாணவர்கள் ஜீரணிக்க முடியாம ஒதுங்கினாங்க. ஆம்பளைங்க வெட்கப்பட்டு ஒதுங்கின அந்தக் காட்சி என் மனசிலே இன்னும் பசுமையா இருக்கே... அடுக்களையில் அவதிப்பட மட்டும் பெண் இல்ல... அரசோச்சவும்தான்... என்னமா பேசின நீ... அடடா அந்தக் காலந்தான் என்னமா மறஞ்சு

போச்சு... கண்ணெ துடச்சுக்க, பணக்காரன் ஏழைங்க எல்லாருக்கும் கஷ்டம் ஒண்ணுதான். செல்வத்திலேயே வளர்ந்த உன்னால இந்த சின்னக் கஷ்டத்தைக்கூட தாங்கிக்க முடியல இல்ல? பணக்காரங்க அழக்கூடாதும்மா... இயற்கையா கெடச்ச எளிய வாழ்க்கைய உதறிட்டுப் போன உனக்கு நிம்மதி இல்ல பாத்தியா?

சுசீலா : காலேஜ்ல படிச்சபோது எவ்வளவோ எனக்கு புத்திமதி சொன்னே... நான் கேக்கல... இப்ப நல்லா அனுபவிக்கிறேன்டி...

வள்ளி : வாழ்க்கை மிகவும் குறுகியது சுசீ. துக்கப்பட்டு, துக்கப்பட்டு அதை மேலும் குறுக்கிக்கப்படாது. இந்தக் காலத்துப் பெண்கள் ரொம்பப் பேரு அறிவு இருந்தும், ஆற்றல் இல்லாம தங்களோட வாழ்க்கையை வீணடிச்சிக்கிறாங்க... வரதட்சணை வேண்டாம்னு சொல்ற ஆண்கள் இப்ப நெறய பேரு இருக்கத்தான் செய்றாங்க... ஆனா அவங்க ஏழையா இருக்கிறதினாலே உன்ன மாதிரி பணக்கார வீட்டுப் பெண்கள் அவங்கள உதறித் தள்ளிடறாங்க. வசதியில்லாத பெண்ணெ பணக்கார மாப்பிள்ளைக்கும், பணக்காரப் பொண்ணு வசதியில்லாத மாப்பிள்ளைக்கும் சம்பந்தம் பண்ணாத வரையில வரதட்சணை ஒழியாதும்மா.

சுசீலா : உண்மைதான் வள்ளி... இனிமே நான் என்ன செய்யிறது?

வள்ளி : சரி அத விடு... உங்க வீட்டுக்காரர் உன்னெ விரும்பித்தானே கட்டிக்கிட்டாரு?

சுசீலா : விரும்பித்தான் கட்டிக்கிட்டாரு... ஆனா வரதட்சணை வேண்டாம்னு சொல்ற சாதி யில்லயே... வெளியூர் போற ஒவ்வொரு தடவையும்

பத்து, பதினைந்து நாள் கழிச்சுத்தான் திரும்புறாரு... கேட்டா மிஷினுகிட்ட சொல்ற மாதிரி செயற்கைத்தனமா நடந்துக்கிறாரு... என்னோட வேலை அப்படி. இதையெல்லாம் தெரிஞ்சுதானே என்னெ கல்யாணம் பண்ணிக்கிட்டே. தனியாகவா இருக்கே, வேலைக்காரங்க, எடுபுடிக்கு ஆட்கள் எத்தனை பேரு இருக்காங்க... அப்படி பயமா இருந்தா உங்க வீட்டுக்குப் போ. நான் வந்ததும் போன் பண்றேன் என்கிறார்... இது எப்படியிருக்கு?

வள்ளி : ஆமா... அவர் சொல்றதிலே என்னம்மா தப்பு. ஏகப்பட்ட கம்பெனிக்கு அவர் புரோப்ரைட்டர்... இது சம்பந்தமா அவருக்கு வேலை இருக்கத்தானே செய்யும்.

சுசீலா : அதுக்கு அவர் அந்தக் கம்பெனியையே கட்டிக்க வேண்டியதுதானே... கல்யாணம் நடந்து இன்னியோட ஒரு வருஷம் ஆகப்போறது. ஒரு நாளாவது என்னோட அவர் சேர்ந்து வெளியில வந்ததில்ல... காலையில அவருக்கு ஒரு போன் வந்தது. கம்பெனி பர்சனல் அசிஸ்டெண்டாம். பேரு என்னவோ சொன்னா... ரீட்டா... ஆங்... ரீட்டா... ஐயாவை உடனே ஆபீசுக்கு வரச் சொல்லுங்கன்னு... வெளியூர் போயிட்டாங்க அப்படின்னு சொன்னேன்... அதுக்கு அவ நேற்றே வந்தாச்சேன்னு சொல்றா... ராத்திரி எங்கே போனார்? எங்கே தங்கினார், பி.ஏ.க்குகூட இது தெரியற அளவுக்கு... இதையெல்லாம் கேட்டா கடுமையா கோபம் வர்றது...

வள்ளி : சினிமா கதையாட்டம் இருக்கு நீ சொல்றதைப் பார்க்கும்போது... உங்களுக்குத்தான் ஏகப்பட்ட கம்பெனியிருக்கே... வேறொரு கம்பெனிக்குப் போயிருப்பார். அங்கே வேலை இருந்திருக்கும்... சுசீ யதார்த்தமா கண்டிக்கணும்... எடுத்துக்

கணும்... மனசை அலைய விடாம இருக்கப் பழகிக்க... இல்லேண்ணா புதுசு, புதுசா சந்தேகம் முளைச்சுடும்... புரிஞ்சுதா?

சுசீலா : எவ்வளவு நேரமானாலும் வீட்டுக்கு வந்துட வேண்டியதுதானே... நடந்தா வரப்போறார்?

வள்ளி : நீயா எதையாவது கற்பனை பண்ணி அலட்டிக்காதே. பொறுமையா இரு. எல்லாம் கொஞ்ச நாள்லே சரியாயிடும். சுசீலா... என்னெ பத்தி உன்கிட்ட சொல்ல வந்தேன். உன்னோட கதையைச் சொல்லி வருந்த வச்சிட்ட... நேரமாச்சு, அம்மா திட்டுவாங்க, வரட்டுமா... இன்னொரு தடவை சந்திக்கலாம்.

சுசீலா : இரும்மா... போகலாம்... ஏய் இருடி... உன்னெ நான் ட்ராப் பண்றேன்... வள்ளி அடுத்த வாரம் வீட்டுக்கு வாயேன்... என்ன... அவசியம் வா...

காட்சி - 2

பங்கேற்போர்: குமார், கமலா, வள்ளி

குமார் : அம்மா... அம்மா... எங்கேம்மா வள்ளி... கடைத்தெருவுக்கு போயிட்டு வர இவ்வளவு நேரமா? காய்கறி வாங்கெல்லாம் அவள ஏன் அனுப்புறே?

கமலா : ஏண்டா குமார் கத்தறே... வீட்டுக்குள்ளாறவே அடஞ்சு கிடக்கிறவ... காய்கறி வாங்கிட்டு வரச்சொல்லி நாந்தாண்டா வள்ளியை அனுப்பி வச்சேன்... அதோ அவளே வந்துட்டா... நீயுமாச்சு. உன் தங்கையுமாச்சு...

குமார் : வாங்க மேடம்... வாங்க... பர்சேஸ் எல்லாம் முடிச்சாச்சா? கலர் டி.வி., ப்ரிட்ஜ் எல்லாம்

பின்னாடி வர்றதாக்கும்... மண்டு, மண்டு, நீ போயி எவ்வளவு நேரமாச்சு... தோட்டம் போட்டு காய்கறி பறிச்சிட்டு வர்றயா? காலேஜ்லே போயி படிச்சும் புத்தியே இல்லியே உனக்கு... எப்பத்தான் நீங்கள்லாம் திருந்தப் போறீங்களோ? அம்மா இவள இந்த வருஷம் நம்ப காருண்யத்திடம் ஒப்படைச்சிற வேண்டியதுதான்.

வள்ளி : பாரும்மா... குமார் அண்ணன் சொல்றதை... எப்பப் பாத்தாலும் என்னய வெளியே தள்ளி விடறதிலேயே கவனமா இருக்கு...

கமலா : ஆமாம்மா... உங்க அத்தை பையன் காருண்யம் உன்னெ எந்த வரதட்சணையும் இல்லாம கட்டிக்க காத்திருக்கான்... இந்தக் காலத்தில இப்படி ஒரு பிள்ளை இருக்காங்கிறதெ நினைக்கும்போது, நாம பெருமைப்படணும்மா... பெருமைப்படணும்... உனக்கும் அந்தப் பையனைப் புடிச்சுப் போச்சு... பிறகென்ன முடிச்சிட வேண்டியதுதானே... ஏம்மா வள்ளி இவ்வளவு நேரமா காய்கறி வாங்கிட்டு வர...?

வள்ளி : என்னோட ஃபிரண்ட்... அதான் உனக்குத் தெரியுமே... சுசீலா... அவள கடைத்தெருவில பாத்தேன். ஒரே சோக மயம். பணக்கார சம்பந்தம் பகையாயிட்டு வர்றது... ஒரு வருஷத்திலேயே கசந்து போச்சு... அதான் நேரமாச்சும்மா...

கமலா : நான் அப்பவே நெனச்சேன் வள்ளி... அது சரியாப் போச்சு...

வள்ளி : என்னம்மா நெனச்சே?

கமலா : அவளோட காலேஜ் படிச்சவங்க யாரையாச்சும் சந்திச்சிருப்பா... பழைய நினைவுகள்ல ஆழ்ந்திருப்பாங்க... அப்படின்னு நெனச்சேன். நான் நெனச்சபடி உன்னோட ஃப்ரண்ட் இன்னிக்கு உன்னெ சந்திச்சிருக்கா...

குமார் : அம்மா... ஆபீசுக்கு நேரமாச்சு, டிபன் ரெடியா?

கமலா : இதோ... ரெடிம்மா... கை அலம்பிட்டு வா, சாப்பிடலாம்...

காட்சி - 3

பங்கேற்போர்: வள்ளி, கமலா

வள்ளி : அண்ணா, ஆபீசுக்கு போயி அரை மணி நேரமாச்சில்ல... இன்னும் அடுப்படியிலே என்னம்மா செய்யிறே?

கமலா : இப்பத் துவங்கினாத்தான் மத்தியானச் சாப் பாட்டை அவனுக்கு அனுப்ப முடியும்... பாவம்மா குமார். உங்கப்பா போனப்புறம் இந்தக் குடும்பத்தை அவன் காப்பாத்த படுற பாடு கொஞ்சமா நஞ்சமா? உன்னெ காலேஜ்ல படிக்க வச்சு, உலகத்தை ஒவ்வொரு பொண்ணும் புரிஞ்சுக்கிட்டா வாழ்க்கையை நல்லா நடத்த உதவும்னு அவன் பட்ட சிரமங்கள் எவ்வளவு... ஒவ்வொரு பொண்ணுக்கும் குமார் மாதிரி ஒரு அண்ணன் கிடைக்கணும்மா... இதல்லாம் நமக்கு கடவுள் கொடுத்தவரம்னு நான் நெனச்சிட்டிருக் கேன்... வள்ளி உன்னோடதோழி. அதான் சுசீலா என்னமோ கஷ்டப்படறான்னியே... பெரிய குடும்பத்திலே மாட்டுப் பொண்ணா போன வளாச்சே... அவளுக்கு என்னம்மா கஷ்டம்?

வள்ளி : அதயேம்மா கேட்கறீங்க... பணக்கார மாப்பிள்ளை வேணும்னு ஆசைப்பட்டு... இப்ப நல்லா அனுபவிக்கிறா. மாசத்திலே ரெண்டு தடவை அவ ஹஸ்பண்ட் வீட்டிலே தங்கறதே அபூர்வமாம்.

கமலா : அதுக்கு என்ன பண்றது. அவ தலையெழுத்து அப்படி! மனுஷாளுக்கு ஆசை இருக்கலாம். ஆனா

பேராசை இருக்கப்படாதும்மா... தன்னோட தகுதிக்குத் தகுந்த மாதிரில்ல ஆசைப்படணும்... கோடீஸ்வர மாப்பிள்ளைண்ணா சும்மாவா? மாசத்தில ரெண்டு தடவையாவது வர்றானே, அதுக்கே கொடுத்து வச்சிருக்கணும்.

வள்ளி : அவரு மேல சந்தேகம் வேற இவளுக்கு வந்திருச்சு...

கமலா : புருஷன், பொண்டாட்டிக்குள்ளாற சந்தேகம் மட்டும் வரப்படாது... அப்படி வந்திச்சின்னா குடும்பம் சீரழிஞ்சு போயிடும்... உண்மையை தெரிஞ்சுக்காம சந்தேகப்படறதுக்கு இவ என்ன கட்டுப்பெட்டியா? காலேஜ் போயி டிகிரி வாங்கினவளாச்சே... காலேஜ் இதத்தான் கத்துக் கொடுத்துச்சா...?

வள்ளி : ரொம்பப் பேரு இப்படித்தாம்பா இருக்காங்க... கல்வி கண்களைத் திறக்கும்னு சொல்வாங்க... இவளப் பொறுத்தவரை அது தப்பாப் போச்சு. நல்ல மனசு உள்ளவங்க கிட்ட பணம் கிடச்சா பாதிப்பை உண்டாக்காது என்கிற உண்மை இவளப் பாத்துத்தான் புரிய ஆரம்பிச்சுது. இவளுக்கு மனசு நெறய அழுக்கு இருக்கு. ஆவல் இருக்கு. ஆனா பொறுமை இல்ல. நல்ல மனசு இல்லாத இவகிட்ட இருக்கிற பணத்தாலே இவளத் திருப்திபடுத்த முடியல பாருங்க...

கமலா : வள்ளி இவளோட மாமா பையன் மணிவண்ணன். இவ மேலே எவ்வளவு ப்ரியம் வச்சிருந்தான். பணம் அவங்கிட்ட இல்லேங்கிறதுக்காக அவன உதாசீனப்படுத்தினவ சுசீலா... கஷ்டப்படட்டும், அப்பத்தான் புத்தி வரும்.

வள்ளி : நடந்தது நடந்து போச்சு... இனி அதைப் பேசி புண்ணியம்... அவளோட வாழ்க்கையிலே வருத்தம். நீங்க என்னம்மா செய்யிறது?

கமலா : அதல்லாம் காலக்கிரமத்தில சரியாப் போயிடும். முதல்ல பொறுமை வேணும். நமக்குக் கீழே வேலை பார்க்கிறவங்க கஷ்டத்தை நினைச்சு மனசைத் தேத்திக்கணும். அவங்களைவிட நாம உசந்துதான் இருக்கோம்கிற திருப்தி பட்டுக் கணும். ஒண்ணு அதிகமா இருந்தா ஒண்ணு கொறச்சுத்தான் கிடைக்கும்...

வள்ளி : இப்ப இவ எல்லா வசதியையும் உதறித் தள்ளிட்டு புருஷன் மட்டும் பக்கத்தில இருந்தா போதும்ங்கிற நிலைமைக்கு வந்துட்டாம்மா... இவளுக்குக் கல்யாணம் ஆகி ஒரு வருஷமாகப் போறது... எவ்வளவு நாளைக்குத்தான் பொறுமையா இருக்கிறது?

கமலா : துபாய், சிங்கபூருக்குன்னு போயி பணத்தைச் சம்பாதிச்சிட்டு வந்து, கல்யாணத்தை பண்ணி வீட்டிலே வச்சிட்டு மீண்டும் பொருள் தேட போற ஆம்பளைங்க எத்தனை பேரை நாம அனுதினமும் பாத்துக்கிட்டிருக்கோம்... அந்தப் பொண் ணல்லாம் கணவனை வெளிநாட்டுக்கு அனுப்பி வச்சிட்டு பொறுமையா இல்லையா? அதுக்குப் பேருதாம்மா கட்டுப்பாடு... இதிலதாம்மா இருக்கு நம்ப பண்பாடு. இப்ப உள்ள நிலையைக் கூட்டிப் பார்த்தா படிச்ச பொண்ணுங்கதான் நிறைய ஆசையை மனசுல வளர்த்துக்கிட்டு அல்லாடுறாங்கன்னு தெரியுது.

வள்ளி : அப்ப, படிச்சவங்க பொறுமையா இல்லேன்னு சொல்றீங்களாம்மா...

கமலா : அப்படிச் சொல்லலேம்மா... முதல்ல மனசைப் புரிஞ்சிக்க முயற்சிக்கணும். மற்றதை அப்புறம் புரிஞ்சிக்கலாம். கணவனப் புரிஞ்சுகிட்டு குடும்பம் நடத்தற பொண்ணுங்க மனசில கருணையும்,

கடவுளும் குடி வந்துருவாங்க... கணவனுக்கு எந்தெந்த சந்தர்ப்பங்களில் நாம உதவ முடியும் என்ற துடிப்போட இருக்கிற ஒவ்வொரு பொண்ணும் குத்து விளக்கா சுடர் விட முடியும்... நாம விட்டுக்கொடுக்க, கொடுக்க கணவனோட அன்பை அதிகமா பெறலாம்... முன் எப்போதையும் விட பெண்கள் தங்களோட உரிமைகளை உணர்ந்து விழித்துக் கொள்ளும் காலத்திலதான் நாம இருக்கோம்... இதுவும் ஒரு வளர்ச்சிதானே?

வள்ளி : வளர்ச்சிதான்... பணக்கார வீட்டில வளர்ந்த பொண்ணுங்க... அதே வசதியை அவ கட்டிக்கப் போற கணவன் வீட்டிலேயும் எதிர்பார்க்கிறா. ஒத்த கருத்தும், உயர்வான எண்ணங்களும் இருக்கிற ரொம்பப் பேருடைய குடும்பத்தில இன்னும் புயல் அடிச்சுக்கிட்டுதான் இருக்கு... பெண்கள் கல்வியறிவு பெற்றும், வாழ்க்கை விதிகளைக் கடைபிடித்தும் நடைமுறை வாழ்க்கையில தோல்வி அடையறது ஏன்?

கமலா : ஒத்த கருத்து, சிந்தனை உடையவர்களாகவோ அல்லது ஒரே தொழில் செய்பவர்களாகவோ இருந்தா தம்பதிகள் சந்தோஷமா இருக்க முடியுங் கிறதும், காதல் மணம் செய்துகிட்டவங்களுக்கு பிரச்சினைகள் இருக்காது என்று சொல்வதோ மாயையான நம்பிக்கைதாம்மா...

வள்ளி : நெறய பேரு சந்தோஷமா இருக்காங்களே... இவங்க எல்லாம் காதல் திருமணம் செய்துகிட்ட வங்கதானே?

கமலா : நீ சொல்றது உண்மைதான்... இவங்க தங்களுக்குத் தேவையான பொருள்கள் மீது மட்டுமே ஆசைப்படறவங்களா இருக்கிறதுதான் இதுக்குக் காரணம். பேராசையை விட்டொழிச்சவங்களா

இவங்க இருப்பாங்க... மனிதாபிமான கண்ணோட்டம் இருக்கும். ஆனா உன் தோழி சுசீலாகிட்ட அது இல்லங்கிறதை நீ புரிஞ்சுக்கணும்...

வள்ளி : ஆமாம்மா... வரதட்சணை எதுவும் வேண்டாம்னு கல்யாணம் செய்துக்க வந்த ரெண்டு மூணு மாப்பிள்ளைங்க வந்தாங்க... அவங்க மனசு புண்படும்படியா பேசி அனுப்பிச்சிட்டார் அவ அப்பா... இதை அவளே எனக்குச் சொன்னா?

கமலா : இதுக்கு பொண்ணும் ஒரு முக்கிய காரணமில்லையா? மரபுகளையும் சம்பிரதாயங்களையும் மீறத் துணிவில்லாதவங்க படிச்சும் ஒண்ணுதான், படிக்காம இருக்கிறதும் ஒண்ணுதான்... காலத்துக்குத் தகுந்த மாதிரி வாழக் கத்துக்கணும்மா வள்ளி...

வள்ளி : படிக்கிறது இப்ப பகட்டா வாழ்க்கைக்குத்தான்னு பெண்கள் நினைக்காமல், விரலுக்குத் தகுந்த வீக்கம் இருக்கணும்னு நெனக்கற ஒவ்வொரு பெண்ணும் சிறப்பான மகிழ்ச்சியான வாழ்க்கை வாழ முடியும்.

கமலா : பொருத்தமா சொன்னேம்மா... இதமான சொல், பாசம் நெறஞ்ச சிரிப்பு, ஒவ்வொருத்தருக்கும் இருக்கும் தனித்தன்மையைப் புரிஞ்சுகிட்டு விட்டுக் கொடுக்கும் மனப்பான்மை பொண்ணுங்களுகிட்ட நிறைய வரணும்... பிள்ளைங்களை ப்ரண்ட்ஸா நெனக்கணும்... அப்பத்தான் அவங்க மனசை விட்டு தன்னோட ஆசையை சொல்ல சந்தர்ப்பம் கிடைக்கும்.

வள்ளி : ஆமாம்மா... உங்கள நான் தாயா பெற்றதற்கு பெருமைப்படறேம்மா... எனக்கு புடிச்ச மாப்பிள்ளையை தேடிக்க சுதந்திரம் எனக்கு நிறையவே கொடுத்திருக்கீங்க...

கமலா : உனக்கு சுதந்திரம் ஏன் கொடுத்திருக்கேன்னா, நீயும் நம்ப தகுதிக்கு மீறி ஆசைப்படாதது ஒரு காரணம். அடக்கமாகவும் நல்ல குணவதியாகவும் இருப்பதும் ஒரு காரணம் இல்லையா?

வள்ளி : ஆணும் பெண்ணும் திருமணம் செய்து கொள்வதற்கு முன்னாலேயும் பின்னாலேயும் தம்மைத் தாமே ஆராய்ந்து பாத்துக்கொண்டு வாழ்வைத் தொடங்கினால் எத்தனை இடையூறுகள் வந்தாலும் சமாளிக்கலாம்... வரதட்சணை நாளடைவில் மறைஞ்சே போயிடும்... அம்மா, அண்ணாவுக்கு இன்னும் சாப்பாடு அனுப்பலயா? எனக்கும் பசிக்குது. சாதம் போடுங்க...

கமலா : சரிம்மா... வா போடறேன்!

*

தொடரும் உறவுகள்

காட்சி - 1

பங்கேற்போர்: குமரசாமி, காமாட்சி

குமரசாமி : காமாட்சி... ஏய் காமாட்சி... எங்கே போயிட்டாங்க எல்லாம்? கதவு தெறந்து கெடக்கு. சே... சே... மனுஷன் அலுத்துச் சலிச்சு ஒரு நாள் லீவு போட்டுட்டு வீட்டிலே இருந்தா ஒருத்தரும் நம்ம கவனிக்க மாட்டேங்கிறாங்களே... என்ன புள்ளைங்க... எங்கேம்மா போனே? அடுத்த வீட்டுக்கு அடிக்கடி போற பழக்கத்த என்னிக்குத்தான் விடப் போறியோ போ...

காமாட்சி : அப்பா... இதோ வந்திட்டேன்... என்னப்பா பக்கத்து வீட்டு பமீர்தம் அக்காவோட வீட்டுக்காரரு நேத்து வெளியே போனவரு இன்னமும் திரும்பி வரலயாம். உங்க அப்பாகிட்ட கேட்டுச் சொல்லச் சொன்னாங்க. எங்கேயாவது

பாத்தாரானு கேட்டாங்க... அப்பா அவரைப் பாத்தீங்களா?

குமரசாமி : இல்லயேம்மா! கோபமா கிளம்பிட்டானா?

காமாட்சி : ரெண்டு நாளா ரிக்ஷா சரியா ஓடலியாம். அவருக்கு ரிக்ஷா வாடகைக்குக் கொடுத்த முதலாளி இவருக்கிட்ட இருந்த ரிக்ஷாவை வாங்கி வேறொருத்தருகிட்ட கொடுத்திட்டாராம். அந்த வேகத்தில மனைவிகிட்ட கோவிச்சுக்கிட்டு கிளம்பியிருப்பாருன்னு... நினைக்கிறேன்... அவங்க இதைப்பற்றி என்கிட்ட சொல்லலே...

குமரசாமி : இவனுக்கெல்லாம் பொண்டாட்டி... குடும்பம் இதெல்லாம் எதுக்கு? ரோஷம் கெட்ட பசங்க. ரிக்ஷா கொடுத்தவனுக்கு வாடகைப் பணத்தை ஒழுங்கா கொடுத்திருக்க மாட்டான்... சம்பாதித்த காசை தண்ணி அடிச்சிருப்பான்... காசையெல்லாம் செலவு செஞ்சிட்டு ரெண்டு நாள் கழிச்சு தன்னாலே திரும்பிடுவான்... சரி, சரி, பசிக்குதும்மா... சாதம் போடறியா?

காமாட்சி : இதோ கொண்டு வரேன்ப்பா...

குமரசாமி : மணிவண்ணன், இன்றைக்கு சீக்கிரமா கிளம்பி எங்கே போனான்? விடியக் காலையிலேயே கிளம்பிட்டானே! காலேஜ்தான் போனானா... இல்ல காலைக்காட்சி சினிமாவுக்கு போயிட்டானாம்மா?

காமாட்சி : இன்னிக்கு காலேஜ்லே பிராக்டிகல் எக்ஸாம் இருக்காம்... லேட்டா வருவேன்னு சொல்லிட்டுப் போனான்... சரி நீங்க சாப்பிடுங்கப்பா...

குமரசாமி : இந்த வருஷம் கடைசி வருஷமாச்சே... நல்லா படிக்கிறானாம்மா... அவன கவனிக்க எனக்கு நேரமில்ல... நீயாவது கவனிச்சிக்கம்மா...

காமாட்சி : சரிப்பா... நல்லா படிக்கிற மாதிரிதான் இருக்கு. பர்ஸ்ட் கிளாஸ்லே பாஸாயிடுவேன்னு அடிக்கடி வேற சொல்றான்... பார்ப்போம்.

காட்சி - 2

பங்கேற்போர்: குமரசாமி, ராஜலிங்கம்

குமரசாமி : அடேடே... ராஜலிங்கம், வா... வா... எப்ப வந்தே?

ராஜ : என்ன குமரசாமி சௌக்கியமா? உனக்கென்னப்பா திட்டமிட்ட குடும்பம். ஒரு பொண்ணு. ஒரு பையன். வாத்தியார் உத்தியோகம் அலட்டிக்காத மரியாதையான வேலை!

குமரசாமி : ராஜலிங்கம், வாத்தியார் உத்தியோகத்துக்கு பத்து, பதினைஞ்சு வருஷத்துக்கு முந்தி இருந்த மதிப்பு, மரியாதை இப்ப இல்லப்பா... கொஞ்சம் கொஞ்சமா குறைஞ்சிக்கிட்டே வருது... அஞ்சாம் கிளாஸிலே பாடம் சொல்லிக் கொடுத்த வாத்தியாரை...காலேஜ்லே போய் படிக்கிற எந்தப் பையன் இப்ப மதிக்கிறான். இவருக்கிட்ட நாம அஞ்சாம் வகுப்பு வரை படிச்சோம்ங்கிற நினைப்பு ரொம்ப மாணவர்களிடையே இல்லப்பா... அது கிடக்கட்டும்... என்ன திடீர் திடீரென உன்னெ கடைத்தெருவில அடிக்கடி பாக்கறேன்... ஊர்லேயிருந்துதானே வர்றே... எல்லாரும் சௌக்கியமா இருக்காங்களா?

ராஜ : ஏதோ இருக்காங்க... பொண்ணுக்கு கல்யாணம் பண்ணணும்... அதான் வரன் தேடி ஊர் ஊரா அலயறேன்... செவ்வாய் தோஷம் இருக்கிற மாப்பிளே கிடைக்கலே... அப்படி கிடைச்சாலும் பொண்ணுக்கு அவனைப் புடிக்கலே... பாத்தியாப்பா என்னோட நிலையை...

குமரசாமி : சரியான கட்டுப்பெட்டியா இருக்கியே... எந்தக் காலத்திலே போய் இதையெல்லாம் பார்க்கிறே. சொத்து சுகம் வச்சிருக்கிற நீயே இப்படி அலுத்துக்கிறயே, ஏழை வாத்தியார் நான் என்ன பண்றது?

ராஜ : சொத்து இருந்து என்னப்பா பயன். மேட்டுக்குடி... பணக்காரன்... இப்படியே எல்லாரும் சொல்றாங்களே தவிர, உழைக்காம எத்தனை நாளைக்கு உக்காந்துகிட்டு தின்ன முடியும்? புள்ளங்க ஒண்ணும் சரியில்லப்பா... இந்தப் பொண்ண எவங்கையிலாவது புடிச்சிக் கொடுத்திட்டா அக்கடான்னு கிடந்திடுவேன்... அந்தக் காலத்தில உன்னெய மாதிரி நானும் படிச்சிருந்தா இப்படி ஆயிருக்க மாட்டேனோ என்னவோ.

குமரசாமி : அக்கரைப்பச்சை... அது இங்கேயிருந்து பார்க்கிறதுக்கு செழுமையா இருப்பதாகத்தான் தெரியும். அருகே போய் பார்த்தாதான் உண்மை புரியும்... மூத்த பொண்ண கொடுத்த இடத்திலயே ரெண்டாவது பொண்ணையும் கேக்கிறாங்கண்ணு சொன்னியே போன தடவை வந்தப்ப...

ராஜ : ஆமா குமரு, அதெல்லாம் சரிப்பட்டு வருமா? தோது இல்லையென்று சொல்லிட்டேன்...

குமரசாமி : ஒரே குடும்பத்திலே ரெண்டு பொண்ணையும் கொடுக்கிறது சரியில்லதான்... மூத்த பொண்ணுக்கு செஞ்சது மாதிரி ரெண்டாவது பொண்ணுக்கும் சீர் செனத்தி செய்யணும். இல்லேன்னா பிரச்சினை உருவாகும்... அப்ப செவ்வாய் தோஷம் இருக்கிற மாப்பிள்ளே அங்கே இருக்காருன்னு சொல்லு.

ராஜ : ஆமா... ஆமா... இருக்காரு. ஆனா நம்ப பொண்ணுக்கு அது புடிக்கல... காரணம் கேட்டா ஒருத்தி கஷ்டப்படறது போதும்னு சொல்லிட்டா.

குமரசாமி : என்னப்பா சொல்றே நீ? கஷ்டப்படறாளா?

ராஜ : குமரு, மாடி வீட்டிலே இருக்கிற கடன் வெளியே தெரியாதப்பா... மண் குடிசையில இருக்கிறவன் எப்படி மாடி வீட்ட பாத்து ஏங்குறான்... ஆனா மண் குடிசையில கிடைக்கிற நிம்மதி மாடி வீட்டுக்காரனுக்கு இல்லேங்கிறது, மாடி வீட்டுக்கு வந்து பாத்தாத்தான் தெரியும். அஞ்சு வருஷமா பெரிய பொண்ணுக்கு கொடுத்துக்கிட்டே இருக்கேன்... வெளியே சொன்னா வெட்கக்கேடு... பணக்காரனுக்குத் தகுந்த மாதிரி வரன் பார்த்தது எவ்வளவு தப்பாப் போச்சு.

குமரசாமி : அடப் பாவமே... பரிதாபமா இருக்கே உன் கதை.

ராஜ : என்னோட கதையை விடு. உம் பொண்ணுக்கு கல்யாணம் எப்பப் பண்ணப் போற. பெரிய படிப்பு படிக்க வச்சிருக்கியே... வேலைக்கு அனுப்பப் போறியா? இல்ல நல்ல வரனா வந்தா கல்யாணம் செய்து கொடுத்திடலாமுன்னு நினைக்கிறயா?

குமரசாமி : வேலைக்குத்தான் போகணும்னு சொல்றா காமாட்சி... அம்மா இல்லாத குறையே தெரியாம வளர்த்திட்டேன். என்னோட மனைவி இருந்தாக்கூட இவளை இந்த அளவுக்கு படிக்க வச்சிருக்க மாட்டேன். நம்மகிட்ட இருக்கிற முக்கியமான ஒரு பொருள் காணாமப் போனாத்தான் இதுநாள் வரை அலட்சியப்படுத்திய பொருள் மீது நம்ப கவனம் முழுதும் திரும்பும். என்ன சொல்றே நீ...

ராஜ : உண்மைதான் குமரு, உன்னோட சோகத்தை என்னால புரிஞ்சிக்க முடியுது. பணக்காரனா இருந்தா இன்னொரு தாரத்தை கொண்டாந் திருப்பான்... சின்ன வயசிலேயே மனைவியை

பறிகொடுத்துட்டு எவ்வளவு சிரமத்துக்கிடையில இந்தப் புள்ளைங்களை படிக்க வச்சிருப்பே.. உண்மையிலேயே வைராக்கியமான ஆளுதான் நீ! ஒரு நடை ஊருக்குப் பக்கம் வந்துட்டு வாப்பா.

குமரசாமி : எங்கேப்பா நேரமிருக்கிறது... ஸ்கூல்லேயிருந்து வந்ததும் சாயத்தான் தோணுது... வயசாயிடுச்சில்ல... சரி வா அந்தக் கடையில் காபி சாப்பிட்டுட்டுப் போகலாம். வீட்டுக்கு வந்துட்டுப் போனா என்னப்பா?

ராஜ : அடுத்த தடவை அவசியம் வர்றேன்ப்பா... வரட்டுமா!

குமரசாமி : சரி... போயிட்டு வா.

காட்சி - 3

பங்கேற்போர்: குமரசாமி, காமாட்சி, மணிவண்ணன்

காமாட்சி : அப்பா... கடைத்தெருவுக்குப் போயிட்டு வர்றீங்களா?

குமரசாமி : ஆமாம்மா... லைப்ரரிக்கு போகலாம்னு கிளம்பினேன். நம்ப கிராமத்திலிருந்து வந்த ராஜலிங்கத்தை யதேச்சையா சந்தித்தேன்... ரொம்ப நேரம் பழங்கதையெல்லாம் பேசி அவரை அனுப்பி வச்சிட்டு வர்றேன்.

காமாட்சி : ராஜலிங்கம் மாமாவா? ஊர்லே எல்லாரும் சௌக்கியமா இருக்காங்களா? நம்ம கிராமத்துக்கு ஒரு தடவை போயிட்டு வரணும்பா... அவரை அழைச்சிக்கிட்டு வந்திருக்கலாமே?

குமரசாமி : அவசர காரியமா ஒருத்தரைப் பார்க்க வந்திருக்காப்பலே... அடுத்த முறை வர்றப்போ

அவசியம் வருவார்... அம்மா, காமாட்சி உன் தம்பி படிப்பு முதல்ல முடியட்டும். அவனோட படிப்பு முடியறதுக்கும் நான் ரிடையராவதற்கும் சரியா இருக்கும்.

காமாட்சி : கவலைப்படாதீங்கப்பா... உங்களை கஷ்டப் படாமல் காப்பாற்றுவோம். எனக்கு ஏதாவதொரு வேலை வாங்கித்தர முயற்சி பண்ணுங்கப்பா... உங்களுக்கு எவ்வளவு ஃப்ரண்ட்ஸ் இருக்காங்க... பி.எஸ்ஸி முடிச்சிட்டு ரெண்டு வருஷமா வீட்டிலே போரடிக்குதப்பா...

குமரசாமி : முயற்சிப்போம்... ஏம்மா காமாட்சி, அரிஸ்டாட்டில் சொன்னது ஒன்று இப்ப என் நினைவுக்கு வருதும்மா...

காமாட்சி : சொல்லுங்கப்பா... ப்ளீஸ்... நீங்க நன்மொழி சொல்லி எவ்வளவு நாளாச்சு.

குமரசாமி : குணமுள்ள பெண் ஒருவன் கருத்தில் ஒளிவீசுகிறாள். புத்திசாலியான பெண் ஒருவனின் கவனத்தை கவர்கிறாள். அழகான பெண் ஒருவனின் கலையுணர்வை மயக்குகிறாள். ஆனால் பரிவும் பாசமும் உள்ள பெண்ணோ அவனையே ஆட்கொள்கிறாள்.

காமாட்சி : ரொம்ப நல்லாயிருக்குப்பா... அதோ தம்பி மணிவண்ணன் வந்தாச்சு... குளிக்கிறதுக்கு நேரமாச்சு. வெந்நீர் வைக்கட்டுமா அப்பா.

குமரசாமி : சரிம்மா... மணி, வாப்பா...

மணி : என்னப்பா இன்னிக்கு ஸ்கூல் போகலியா?

குமரசாமி : போகலப்பா... ரெண்டு நாளா உடம்பு சரியில்லப்பா...

மணி : என்னப்பா உடம்புக்கு? அப்பா உங்களுக்கு உடம்புக்கு ஒண்ணுமில்ல, மனசிலதான் ஏதோ

இருக்கு... கொஞ்ச நாளா நீங்க அதிகம் பேச மாட்டேங்கிறீங்க...

குமரசாமி : ஆமாப்பா... நான் பொறந்ததேயிலிருந்து... இன்று வரை எதிர்நீச்சல் போட்டே வந்திருக்கேன். என்னோட மூதாதையர் வச்சிட்டுப் போன சொத்து கிராமத்தில இருக்கிற ஒரு ஓலைக்குடிசைதான். உங்க பாட்டி, இட்லி சுட்டு வித்து என்னையும் கிராமத்தில இருக்கிற உங்க அத்தையையும் வளர்த்து ஆளாக்குனாங்க. நான் வேலைக்கு வந்து பத்து வருஷம் கழிச்சு உங்க அத்தையை நல்ல வசதி உள்ள இடத்தில் கட்டிக் கொடுத்திட்டு, பிறகு நான் திருமணம் செஞ்சிகிட்டேன். சொந்தக்காரங்க ஏகப்பட்ட பேரு நல்லா வசதியா இருந்தும் கவனிக்கலே. சித்தப்பா ஒருத்தர் தஞ்சாவூரிலே நல்ல வசதியா இருந்தாரு... ஒருசமயம் அவருகிட்ட போயி... சித்தப்பா எஸ்.எஸ்.எல்.சி. பாஸாயிட்டேன். மேலே படிக்கணும்னு ஆசையா இருக்கு. காலேஜ்லே சேர்த்து விடுங்க அப்டின்னு கேட்டதுக்கு, படிச்சது போதும், கிராமத்துக்குப் போயி கூலி வேலை பார்த்து வயிற்றைக் கழுவிக்கனு சொல்லிட்டாருப்பா... அவரு தந்த டானிக்தான் இன்றைக்கு நீங்கள்லாம் காலேஜ் வரைக்கும் சென்று படிக்க உதவியிருக்கு.

மணி : இவ்வளவு நாளும் இதை எங்கிட்ட சொல்லவே இல்லையே நீங்க. எவ்வளவு கஷ்டத்தை தாங்கிக்கிட்டிருக்கீங்க... அப்பா... தாத்தா, அதான் உங்க சித்தப்பா... இப்ப இருக்காரா?

குமரசாமி : தெரியலப்பா... நான் அவரைப் பார்த்து சுமார் 20 வருஷம் இருக்கும்... சமீபத்தில தஞ்சாவூரு போனப்ப... குடும்பம் ரொம்ப நொடிச்சிப் போயி அவரோட குழந்தைங்க ஒருத்தருக்கொருத்தர் சண்டை போட்டுக்கிட்டு அவரை வீட்டை விட்டு

துரத்திட்டாங்கன்னு கேள்விப்பட்டேன்... இப்ப அவரு எங்க இருக்காருன்னு தெரியலப்பா... பாவம்.

மணி : ரொம்ப வயசாயிருக்குமில்ல... இரக்க குணமே இல்லாம உங்கள அவமதிச்ச அவரைப்பற்றி இப்ப நீங்க ஏன் கவலைப்படணும்?

குமரசாமி : ரத்த பந்தம்ப்பா...

மணி : முடிஞ்சி போன கதை நமக்கு எதுக்கு? இந்தக் காலத்தில சொந்தமாவது... பந்தமாவது... காசு இருந்தா எல்லா உறவும் தன்னாலே வந்துடும். சரி அத விடுங்கப்பா...

குமரசாமி : அப்படி சொல்லாதேப்பா... சின்னப்புள்ள நீ... உறவு தேவைதான்... பின்னாடி அவங்க இதையெல்லாம் நெனச்சி வருத்தப்பட்டாங்கன்னு கேள்விப்பட்டேன்.... யாரோ ஒருத்தர் செஞ்ச கொடுமையை வச்சு உறவுக்காரங்க யாருமே தேவையில்லன்னு சொல்றது தப்புப்பா...

மணி : அப்படி நாம தேவையின்னா நம்மைத் தேடி அவங்க வந்திருக்க வேண்டியதுதானே? ஏன் வரலே?

குமரசாமி : மணி, கிராமத்தில இருக்கிறவங்கள டவுன்லே இருக்கிற நாமதாண்டா போய்ப் பார்க்கணும்.

மணி : யாரு தயவும் இல்லாம... உங்க சொந்த முயற்சியிலே இந்த அளவுக்கு முன்னேறி எங்களையெல்லாம் காலேஜ் வரைக்கும் அனுப்பி படிக்க வச்சிருக்கீங்க... ஆனா நீங்க அன்றைக்கு இருந்த மாதிரியே இன்றைக்கும் இருக்குறீங்க... சில பேரு பதவி, பணம் வந்ததும் மாறிடுராங்களே... எப்படிப்பா?

குமரசாமி : யதார்த்தமான ஒரு உண்மையைச் சொல்றேன் கேளு... என் ஃப்ரண்ட் ஒருத்தன் சின்ன

வயசிலேயிருந்து கோயிலுக்குப் போக மாட்டான். சாமி கும்பிட மாட்டான். முற்போக்கான ஆளா இருந்தான் நாற்பது வயது வரை... திடீர்னு அவனுக்கு லாட்டரியிலே பிரைஸ் அடிச்சு பெரிய பணக்காரனா ஆயிட்டான். இப்பப்பாரு பெரிசா நெத்தி நிறைய விபூதிப்பட்டை போட்டுக்கிட்டு, ஒரு கோயில் விடாமப் போறான். பணம் வந்தவுடனே அதைக் காப்பாத்திக்கிட கடவுள் மனுஷனுக்கு எப்படி பயன்படறார் பாத்தியா?

மணி : உண்மைதான்ப்பா... இப்பவெல்லாம் திருடனும் நல்லவனும் ஒரே கடவுளைத்தான் வணங்கிட்டுப் போறாங்க... கடவுளும் பாகுபாடில்லாம ரெண்டு பேரையும் காப்பாத்தி விடுற மாதிரியில்ல இருக்கு... காலம் ரொம்பக் கெட்டுப் போச்சுப்பா...

காமாட்சி : அப்பா வாங்க... வெந்நீர் ரெடியா இருக்கு. குளிச்சிட்டு சாப்பிடலாம்... மணி நீயும் வா.

காட்சி - 4

பங்கேற்போர்: குமரசாமி, காமாட்சி

குமரசாமி : காமாட்சி... இங்கே வாம்மா... அம்மாடி, ஒரு முக்கியமான செய்தி ஒண்ணு உன்கிட்ட சொல்லப் போறேன்... அதை நல்லா கேட்டுக்க... நல்லா யோசனை பண்ணி அப்பா சொல்றதுக்கு ஆதரவா நாளைக்குப் பதிலைச் சொல்லும்மா காமாட்சி... என்னம்மா முழிக்கிறே...

காமாட்சி : என்னப்பா நீங்க... சொல்லுங்கப்பா... உங்க பேச்சுக்கு எப்பவாவது நான் மறுப்பு சொன்னதுண்டா. நீங்க எதைச் செஞ்சாலும் சொன்னாலும் அது எங்களோட நன்மைக்குத்தான் இருக்கும்... சொல்லுங்க அப்பா...

குமரசாமி : ஆமாம்மா... இந்த வருஷத்தோட ரிடையர் ஆகப்போறேன்... அதுக்குப்பிறகு நாம நம்ப கிராமத்துக்குப் போயிடலாம்... மணிவண்ண னுக்கும் இந்த வருஷத்தோட இந்தப் படிபபு முடிஞ்சிடும்... பிறகு அவனுக்கு வேலை ஒண்ணு தேடணும்... அப்புறம்...!?

காமாட்சி : அப்பா, இந்த ஒரு மாதமா உங்களை என்னால் புரிஞ்சுக்கவே முடியலே... சுறுசுறுப்பா உற்சாகத்தோடு ஸ்கூலுக்குப் போயிட்டு வந்த உங்களுக்கு என்ன வந்தது? அதுவும் போன வாரம் நம்ம கிராமத்துக்குப் போய் வந்தப்புறம் அதிகமா மாறியிருக்கீங்க நீங்க...

குமரசாமி : ஆமாம்மா... உண்மைதான் நீ சொல்ற அந்த சுறுசுறுப்பும் உற்சாகமும் கொஞ்சம் குறைஞ்சுதான் போச்சு... காமாட்சி. உன்னை கல்லூரி வரைக்கும் அனுப்பி படிக்கச் சொன்னது, அரசாங்க வேலைக்கு அனுப்புறதுக்காக மட்டுமல்ல, இந்த உலகத்தில பெண்களுக்கும் இந்தச் சமூகத்தில் ஆண்களுக்குச் சமமா முன்னுரிமை கிடைக்கணும். இந்த உலகத்தைப் புரிஞ்சுக்கணும். தனி ஆளா நின்னு கால் ஊன்ற துணிச்சல் வேண்டும். அதுக்கு படிப்பு அவசியம் பாரு... என்னவோ சொல்ல வந்ததை மறந்து ஏதேதோ... பேசிக்கிட்டிருக்கேன்... அம்மாடி உனக்கு இந்த வைகாசியிலே ஒரு கல்யாணத்தைப் பண்ணி வச்சிடலாம்னு நெனச்சிக்கிட்டிருக்கேன்.

காமாட்சி : அப்பா! என்ன பேசறீங்க நீங்க! எப்படி? இப்படியெல்லாம் பேச வருது உங்களுக்கு. எத்தனையோ முறை உங்ககூட ஷாப்பிங் வந்தப்ப ரோட்டிலே போற பெண்களைப் பார்த்து ஆகா இவங்களையெல்லாம் பார்க்கிறப்போ எவ்வளவு சந்தோஷமா இருக்கு... அந்தக் கால கவிகள்

சொன்ன கனவு கண்ட புதுமைப் பெண்கள் உருவாயிட்டாங்கம்மா... ஆணுக்கு நிகரா எல்லா வேலைகளையும் பெண்கள் செய்யறதும், போட்டி போடறதும் பார்க்க எவ்வளவு நல்லாயிருக்கு என்று சொன்ன அப்பா... அந்த அதே அப்பாதானா நீங்க... என்னப்பா... கண் கலங்குறீங்க... அப்பா... ஓ... அப்பா...

குமரசாமி : காமாட்சி... விடுபட்டுப் போன சொந்தம் உன்னால திரும்பவும் கிடைக்கும் வாய்ப்பு இப்ப வந்திருக்கு. சராசரி அப்பாவாக நான் இதுவரைக்கும் எப்பவாவது நடந்திருக்கேனா? பெற்றவங்களுக்கு தன்னோட பொண்ணை நல்ல இடத்திலே நல்லவன் ஒருவனுக்கு கல்யாணம் செய்து கொடுக்கணும்ங்கிற ஒரு கடமையும் இருக்கே... இந்தக் காலத்தில பொண்ணு படிச்சிருந்தா மட்டும் போதும், வேறு எதுவும் வேண்டாம் என்று சொல்ற மாப்பிள்ளைகள் கிடைக்கிறது குறைவுதானே காமாட்சி... அதனால்தான்...

காமாட்சி : அப்படியின்னா... எதையுமே எதிர்பார்க்காத மாப்பிள்ளை ஒருத்தரை நீங்க தேர்ந்தெடுத்து வச்சிருக்கீங்க... இல்லியப்பா...

குமரசாமி : ஆமாம்மா... போன வாரம் கிராமத்துக்கு போயிட்டு வந்தேன் பாரு... அங்கே...

(ப்ளாஷ்பேக்)

காட்சி - 5

பங்கேற்போர்: ராஜலிங்கம், குமரசாமி

ராஜ : வாங்க வாத்தியாரே... இப்பத்தான் பாதை தெரிஞ்சுதா ஊருக்கு? காமாட்சி, மணியெல்லாம்

சௌக்கியமா? சொந்த ஊருங்கிற நினைப்பாவது இருக்கா உனக்கு...

குமரசாமி : சௌக்கியமா இருக்காங்க ராஜலிங்கம்... எங்கே வீட்டிலே ஒருத்தரையும் காணோம்.

ராஜ : எல்லாம் பக்கத்து ஊர் கோயில் திருவிழாவிற்கு போயிருக்காங்க... விடிஞ்சுதான் வருவாக... சரி, போயி கிணத்தடியிலே ரெண்டு வாளி தண்ணி மொண்டு குளிச்சிட்டு வா, சாவகாசமா பேசுவோம்.

குமரசாமி : உன்னோட ரெண்டாவது பொண்ணு கல்யாணம் என்ன ஆச்சு? அதச் சொல்லு முதல்ல...

ராஜ : சாதகம், அதான் ஜோசியம் பார்த்த இடத்தில அடுத்த வருஷம்தான் ஆகும்னு சொல்லிட்டாக... அப்புறம் என்ன? உன்னோட வீடு யாரும் குடியில்லாததால கீத்தெல்லாம் பிரிஞ்சு கிடக்கு. அதை நல்லா ரிப்பேர் பண்ணி வச்சா வாடகைக் காவது விடலாம் இல்ல... நகர வாழ்க்கை கசந்தா கிராமத்துப் பக்கம் கடைசியில வந்துதான்ப்பா ஆகணும்... புரியுதா?

குமரசாமி : ராஜலிங்கம்... இந்த வருஷத்தோட நகர வாழ்க் கையை முடிச்சிட்டு இங்கே கிராமத்துக்கு குடும்பத்தோட வந்திரலாம்னு திட்டம் போட்டிருக்கேன்ப்பா...

ராஜ : அப்படியா! ரொம்ப சந்தோஷம்... மணிவண்ணன் படிப்பு இந்த வருஷத்தோட முடிஞ்சிடுதா?

குமரசாமி : ஆமா ராஜு... அவனுக்கு மேலே படிக்கணும்னு ஆசை இருக்கத்தான் செய்யுது. இனிமே என்னால கஷ்டப்பட முடியாதுப்பா... என்னப்பா சொல்றே நீ?

ராஜ : இனிமே உனக்கு கஷ்டமே வராதுப்பா. உன்னோட முயற்சியை நான் பாராட்டறேன். தோல்வி மேலே

தோல்வி வந்தும் துவண்டு போகாமே, அதைச் சமாளிச்சு மறுபடியும் மறுபடியும் எழுந்து நின்னு. இந்த அளவுக்கு முன்னேறியிருக்கே... இனி உனக்கு கடைசி வரை ஜெயம்தான். போப்பா... போ.

குமரசாமி : என்னைப் பொறுத்தவரை இனிமேதான் எல்லாமே ஆரம்பிக்குது... என்ன இப்படி பாக்குறே? பொண்ணுக்கு மாப்பிள்ளை தேடணும். பையனுக்கு ஒரு வேலையை வாங்கித் தரணும். இந்த ஏழை வாத்தியாருக்கு வர்ற கிராஜுவிட்டி, பென்ஷன்லே இதையெல்லாம் செய்ய முடியுமா? எவ்வளவுதான் படிக்க வச்சாலும் பொண்ண கட்டிக்கிறவன் கேட்கிறதை கேட்டுக்கிட்டுதானே இருக்கான். எதுவும் குறைஞ்ச மாதிரியா தெரியுது.

ராஜ : குமரு... ஒரு முக்கியமான சமாச்சாரம் உன்கிட்ட சொல்றேன் கேளு. முந்தா நாளு உன்னோட தங்கை பையன் தங்கராசு உன்னைப்பற்றி விசாரிச்சான் - மாமா சௌக்கியமா இருக்காங்களா... எந்த ஊர்லே இப்ப வேலை செய்யிறாங்க? காமாட்சி, மணியெல்லாம் படிச்சிக்கிட்டு இருக்காங்களா? முன்பு போய்ட்டு வந்தபோது சொன்னீங்களே... எந்தக் காலேஜ்ல படிக்கிறாங்க... அண்ணன் தங்கச்சிக்குள்ள ஆயிரம் பிணக்கு இருக்கலாம். அதுக்கு நானு என்ன செய்யறது? எங்கள வந்து ஒரு நடை பார்த்துட்டுப் போகக்கூடாதா மாமா... அம்மாவுக்கு உடம்பு ரொம்ப சரியில்லாம இருக்குங்க... இப்பவெல்லாம் மாமாவைப் பத்திதான் அம்மா புலம்பிக்கிட்டிருக்கு. அண்ணாவோட மகளை உனக்கு குடுத்தா திருப்தியா கண்ணெ மூடிடுவேன்... அப்டின்னு அம்மா அடிக்கடி சொல்ல ஆரம்பிச்சிருக்காங்க... - இப்படியெல்லாம் பேசியிருக்கு உன்னோட தங்கச்சி. இதை உன் தங்கச்சி பையன் சொன்னான்... இப்படி...

குமரசாமி : பொறு ராஜலிங்கம். என்ன மூச்சு விடாம பேசிக்கிட்டே போறே... மெதுவா பேசு... அப்புறம்?

ராஜ : அப்புறம்... எங்க மாமா வேறு சாதியில சம்பந்தம் வச்சுக்கிட்டதால... ஊருக்குள்ளாற வர்றதுக்கு பயந்துகிட்டு இருக்கிறதா ஊர்லே எல்லாப் பயலுகளும் பேசறப்போ எனக்கு எவ்வளவு ஆத்திரமா இருக்கு தெரியுமா? அப்பல்லாம் என்னோட மனசுல ஒரு ஆக்ரோஷமே வரும். ஓடிப்போயி காமாட்சி கால்லே விழுந்தாவது என்னைக் கட்டிக்கிறியான்னுகூட கேக்க நினைப்பேன்... ஆனா காமாட்சி பெரிய படிப்பெல்லாம் படிச்சிருக்கு... நான் படிக்காதவன்... வசதி இருந்து என்னங்க பயன், படிப்பு வேண்டாமா? இப்படியெல்லாம் உன் தங்கச்சி மகன் பேசிக்கிட்டிருக்கான்.

குமரசாமி : போதும் நிறுத்து... இதையெல்லாம் என்கிட்ட இப்ப எதுக்கு சொல்றே ராஜலிங்கம்?

ராஜ : இதுகூட உனக்குப் புரியலயா! வாத்தியாரா இருந்து என்ன பயன் போ...

குமரசாமி : புரியலப்பா... கொஞ்சம் தெளிவா சொல்லு.

ராஜ : தங்கராசு... அதான்ப்பா உன்னோட தங்கச்சி பையன் படிக்காட்டியும் நல்ல பண்புள்ளவன். இந்தக் கிராமத்திலேயே கெட்ட பழக்கம் எதுவும் இல்லாம இருக்கிற ஒரு பையனும் இவன்தான். நல்ல உழைப்பாளி. சொத்து உள்ளவங்க நிறைய பேரு விளையாடற ‘மைனர்’ விளையாட்டெல்லாம் இவனுக்குத் தெரியாது. சின்ன வயசிலேயே அவனோட அப்பா... அதாவது உன்னோட தங்கச்சி புருஷன் செத்துப் போனதால குடும்பச் சுமையை இவனே தாங்கிக்க வேண்டியிருந்ததால படிக்க

முடியல... அவனுக்கு காமாட்சியை கல்யாணம் பண்ணிக்கொடுத்தா ஊர் வாயையையும் மூடலாம். உறவையும் பலப்படுத்திக்கலாம்... சொந்தம் எப்போதும் தொடர்ச்சியா இருந்தாத் தான் நமக்கு பாதுகாப்பு... என்னப்பா குமரசாமி வாய் அடிச்சுப் போன மாதிரி இருக்கே... உன்னோட முடிவு நல்ல முடிவா இருந்தா உனக்கு லாபம்... சரி உடனே ஊருக்குப் போயி காமாட்சியோட சம்மதத்தோட திரும்பி வா... சூட்டோடு இத முடிச்சிடணும்...

குமரசாமி : சரி ராஜலிங்கம்... கிளம்பிட்டேன்...

ராஜ : நல்ல செய்தியோட சீக்கிரமா வாப்பா.

காட்சி - 6

பங்கேற்போர்: காமாட்சி, குமரசாமி

காமாட்சி : சொந்தம் விட்டுப் போயிடப்படாதுதான்... உங்க தங்கை மகன் தங்கராசுவை கல்யாணம் பண்ணிக்க நான் தயார்... ஆனா அத்தைக்கு இதில் பூரண சம்மதமா?

குமரசாமி : தங்கச்சி இதுபற்றி தன்னோட மகன்கிட்டே புலம்பிட்டு இருந்திருக்கா... இதை நம்ப ராஜலிங்கம் சொன்னான்.

காமாட்சி : இது நடைமுறைக்கு ஒத்து வருமா அப்பா? அதிகமா படிச்சிருக்கேன்கிற அகந்தை என்கிட்ட இல்ல... குறைவா படிச்சிருக்கோங்கிற தாழ்வு மனப்பான்மை அத்தானுக்கு இல்லாமல் இருக்கணுமே... இதை யோசிச்சீங்களா?

குமரசாமி : ராஜலிங்கம் இதைப்பற்றியெல்லாம் அவனுக் கிட்ட எடுத்துச் சொல்லியிருக்கான்... அதுக்கு

தங்கராசு காமாட்சிக்கு எது சரிண்ணு படுதோ அதைச் செய்யட்டும்... முதல்ல அதோட விருப்பத்தைக் கேளுங்கண்ணு சொல்லியிருக்கான்.

காமாட்சி : சரிப்பா... இதுக்கு மேல உங்ககிட்ட பேச மாட்டேன். உங்க விருப்பம் போல செய்யுங்க...

குமரசாமி : காமாட்சி... உண்மையிலேயே இப்பத்தான் சந்தோஷமா இருக்கு. அப்பா, அம்மா செய்யறது, நம்ப நன்மைக்குத்தான்னு நினைக்கிற பொண்ணையும் பையனையும் பெத்து, வளத்து, படிக்க வச்ச அப்பா அம்மா அடையற சந்தோஷத்தை நீ எனக்கு கொடுத்திருக்கிறே... பொண்ணுக்கு படிப்பு அடக்கத்தைத்தான் கொடுக்கணும்... அகங்காரத்தைக் கொடுக்கக்கூடாது... உன்னோட அடக்கத்தைப் பார்த்து நான் பெருமைப்படறேன்... எங்கேயிருந்தாலும் நீ நல்லா இருப்பேங்கிற நம்பிக்கை எனக்கு இருக்கும்மா... சரிம்மா... மற்ற ஆகவேண்டிய காரியங்களை பார்க்கிறேன்...

எங்கே போகிறோம்?

காட்சி - 1

பங்கேற்போர்: வேதரத்தினம், தனபால்

வேத : வாப்பா தனபால்... சௌக்கியமா இருக்கியா? பாத்து ரொம்ப நாளாச்சில்ல... ரெண்டு வருஷமிருக்குமா, நாம சந்திச்சு? எப்படியிருக்கே?

தனபால் : இருக்கேன் வேதா, ஏதோ இருக்கேன்.

வேத : என்னப்பா விரக்தியா பேசறே, வேலை ஒண்ணும் கிடைக்கலேன்னு கேள்விப்பட்டேன். சரி அத விடு, வேற என்னதான் செஞ்சுக்கிட்டிருக்கே?

தனபால் : ஏண்டா இவ்வளவு செலவு பண்ணி படிச்சோம்னு இருக்கு இப்ப. பள்ளியிறுதி வகுப்போட படிப்பை நிறுத்தியிருந்தாலாவது ஒரு ஏக்கர் நிலமாவது மிஞ்சியிருக்கும். ஏதாவதொரு கூலி வேலையைச் செஞ்சாவது வயித்தக் கழுவியிருக்கலாம். எவனெப் பாத்தாலும்... இவரு எம்.ஏ. படிச்சிட்டு, வேலை

கிடைக்கலே அப்டின்னு பேசிப் பேசியேதாங்க அதிகமா படிக்க முடியாமல் போனதுக்கு சந்தோஷப்பட்டிருக்காங்க. கூலி வேலைக்குப் போனாக்கூட மறுநா என்னை தவிர்க்கப் பாக்குறாங்க.

வேத : தனபால் கஷ்டத்தோட கஷ்டமா, நீ பி.எட். பண்ணியிருக்கலாம். ரெண்டு வருஷத்துக்கு முந்தியே நான் சொன்னேன். நீ கேக்கலே... ஈசியா கரஸ்பாண்டன்சியிலே சேர்ந்திருக்கலாமில்ல...

தனபால் : அதுக்கும் இப்ப தொடக்கத்தில ஐநூறு ரூபா வேண்டியிருக்கே. இருந்த நெலமெல்லாம் அடமானம் வச்சுத்தான் இதுவரைக்கும் படிச்சிருக்கு. வயசான எங்க அப்பாவும், அம்மாவும் என்மேல வச்சிருந்த அன்பை கொஞ்சம் கொஞ்சமா கொறச்சிட்ட மாதிரி பிரமை எனக்கு ஏற்படுது... எப்பப் பாத்தாலும் அப்பா அம்மாவைக் கோவிச்சிக்கிட்டா அது என்னாலதான்னு நினைக்கத் தோணுது. தங்கச்சி தனலட்சுமி கல்யாணத்துக்கு ரெடியா நிக்கிறா... அண்ணன் சம்பாதிச்சு சகலமும் செஞ்சு செழிப்பாக்குவான் நம்ப வாழ்க்கையைனு நினைச்சுக்கிட்டிருந்தவ இப்ப எதிரியைப் பார்க்கிற மாதிரி பார்க்கிறாடா... படிக்கிறது வேலைக்குப் போகத்தான்னுங்கிற பத்தாம்பசலித்தனத்தை மாத்தலேன்னா என்னை மாதிரி இளைஞர்கள் எல்லாருமே திண்டாடி தெருவில நிற்க வேண்டிய நிலைதான் இனி வந்து சேரும்... ஜன சந்தடியுள்ள நகர வாழ்க்கை தேவலாண்டா... ஏன்னா, நடிக்கிறதுக்கு ஏதுவா அமஞ்சிடும் பாரு? வர வர எனக்கு கிராம வாழ்க்கை கசந்து போயிருச்சு ரத்தினம்.

வேத : என்னப்பா மரபயே மீறிப் பேசறே. கிராமத்து ஜனங்ககிட்டதான் உண்மையான அன்பும்

அரவணைப்பும் கிடைக்குமுன்னு நான் கவிதை பாடிட்டு வந்தேன் நேத்து... நீ என்னடான்னா... ஜீவனே இல்லாமே பேசறயே... விரக்தி கத்து தந்த பாடமா?

தனபால் : இல்லப்பா.. படிக்காம இருந்திருந்தா அந்த அன்பும் அரவணைப்பும் எனக்கு கிடைக்குமோ என்னவோ! இந்த எம்.ஏ. படிப்பை ஊர் ஜனங்க எல்லோரும் மதிக்கிறாங்க... அவங்க என்னை மரியாதையோட பாக்கிறப்போ நம்ப நிலையை தெளிவா அவங்ககிட்ட எடுத்துச் சொல்ல முடியல... ஏதாவது கூலி வேலை செய்யலாம்னு நினைச்சி வயக் காட்டுப் பக்கம் போனாக்கூட... தம்பி... தம்பி... படிச்ச புள்ள இப்படியெல்லாம் சேற்றிலே இறங்கலாமா... நீங்க படிச்ச படிப்புக்கு என்ன மருவாதி இருக்கு... அப்படியிங்கிறாங்க... இப்ப சொல்லுப்பா, கிராமத்தைவிட நகரம் தேவலாமில்ல...

வேத : உலகத்த தப்பா புரிஞ்சிட்டிருக்கே நீ. உனது உணர்வுகளுக்குத் தகுந்த மாதிரி உலகத்தை நினைக்காதே. உணர்வுகளை மாத்திக்கிட்டு உலகத்தைப் பாரு. படிக்கிறது வேலைக்குப் போகத்தான்னு நீ நினைக்கிறதில்ல தப்பு இல்ல. வேலை கிடைக்கிற வரைக்கும் காத்திருக்காமல் ஏதாவது செய்யலாமில்ல... அரசாங்க உத்தி யோகம்தான் பார்ப்பேன்னு சொல்லிட்டிருந்தா இப்போதைக்கு அது நடக்கிற காரியமா எனக்குப் படலே... எதற்கும் அரசாங்கத்தயே எதிர்பார்த்தா முடியுமா? தனி மனிதர்களும் கொஞ்சம் சிந்திச்சுப் பார்த்து சமூக நலத் திட்டங்கள் செய்யணும். என்ன சொல்றே நீ.

தனபால் : நீ சொல்றது ஒருவகையிலே உண்மைதான் வேதம். எல்லாருமே படிச்சிட்டு வேலைக்குப் போக

ணுங்கிற சூழ்நிலையை உருவாக்கிக்கிட்டோம். அப்புறம் வேலைக்குப் பேனா உடனே படிச்ச படிப்புக்குத் தகுந்த மாதிரி பண்பா நடக்கத் தெரியாம... எவ்வளவ செலவு பண்ணி படிச்சிருக்கோம். அதை உடனே சம்பாதிச்சிரணும் அப்டினு ஒரு கெட்ட எண்ணத்தை ஏற்படுத்திக் கிட்டு லஞ்சம் வாங்க ஆரம்பிச்சிடறோம்... அப்பறம்... கல்யாணம் பண்ணிக்க விரும்பி பொண்ணுக்கு எவ்வளவு போடுறீங்க... பையன் எம்.ஏ. வரைக்கும் படிச்சிருக்கான்... கை நிறைய சம்பாரிக்கிறான்னு பொண்ணு வீட்டுக்காரங்கள மனுசனா நினைக்காமே கண்ணெ மூடிக்கிட்டு கேட்கிறோம்... உண்மை கசக்கத்தான் செய்யும். மற்றவங்க ரசிக்கிற மாதிரி பேசத் தெரிந்த நமக்கு நடக்கத் தெரியலயே... நம்மைப் பொறுத்த வரைக்கும் மற்றவங்களுக்கு நாம நடந்து காட்டிட்டா போதாதுப்பா... மற்றவங்கள மாத்த முயற்சி செய்வோம்... என்னப்பா... மேலேயே பாத்திட்டிருக்கே ரொம்ப போரடிச்சிட்டேனா?

வேத : பரவாயில்ல... உன்னை சகஜ நிலைக்கு கொண்டு வர இவ்வளவு நேரமாயிட்டது... நம்பகூட படிச்ச சாமிநாதன் இப்ப ‘அலிவலம் பிரைமரி ஹெல்த் சென்டரில்’ வேலைக்குச் சேர்ந்திட்டான். கேள்விப்பட்டியா? ஏகப்பட்ட சிபாரிசு வச்சு சேர்ந்தானாம்... நல்ல வசதியா இருக்கானாம். இவ்வளவு சீக்கிரம் வசதி வந்தது எப்படிப்பா?

தனபால் : ஆமா... ஆமா... நானும் கேள்விப்பட்டேன். எங்க அப்பாகூட ஆஸ்பத்திரிக்குப் போயிட்டு வந்தவர் சொன்னாரு. ஒரு ஏக்கர் நிலம்கூட நடுவிக் கோட்டையிலே வாங்கிட்டானாம். எல்லாம் மருந்து செய்யிற மாயம்.

வேத : இவனக்கூட நாம மன்னிச்சிடலாம்... எம்.பி.பி.எஸ்., எம்.எஸ்., படிச்சிட்டு டாக்டர்

தொழில் பார்க்கிற பெரிய டாக்டரு'க ஏழைங்களுக்கு இலவசமா கவர்மெண்ட் தர்ற மருந்து மாத்திரை எல்லாத்தையும் வெளியிலே வித்து காசு பண்றாங்களே... இவங்களுக்கு என்ன கொறச்சல். கை நிறைய சம்பளம். வீட்டிலேயே தனியா கிளினிக் வச்சு வேற சம்பாதிக்கிறாங்க. கூட்டிப் பெருக்கி பாத்தா படிப்பு அதிகமா படிக்க படிக்க மற்றவங்கள ஏமாத்தவும், அரசாங்கத்தை அசிங்கப்படுத்தவும் உதவுதே... கேட்கவே வெறியாகுதப்பா...

தனபால் : நம் நாட்டை படிக்காதவங்களைக் காட்டிலும் அதிகமாபடிச்சவங்கதான் கெடுக்க பார்க்கிறாங்க. கருத்து வேறுபாடுகள் இருந்தாலும் மதத்தால், இனத்தால், மொழியால், பண்பாட்டால் நாம வேறுபட்டிருந்தும் இந்தியா கட்டுக்குலையாத ஓர் அங்கமா இருக்கே கவனிச்சியா. நமது முன்னோர்கள் ரத்தமும் வியர்வையும் சிந்தி நமக்காக பாடுபட்டு வாங்கின சுதந்திரத்தை நம்மோட ஒன்றியிருந்து புரிஞ்சுக்கிட்டு பொறாமை வந்து காட்டிக்கொடுக்கும் எத்தர்களை இந்த சமூகம் மன்னிக்காதுப்பா...

வேத : அட இத வுடு... சினிமாவும் நம்ப மக்கள படாத பாடு படுத்துதே... பத்திரிகையிலே அடிக்கடி வர்ற நீயூஸப் படிச்சியா... அந்தப் படத்தைப் பார்த்து ஆறு கொலை பண்ணினேன். இந்தப் படத்தில வர்ற மாதிரி செஞ்சி எட்டு கொலை பண்ணிட்டேன்னு... கேட்கவே நாராசமா இல்ல...

தனபால் : காரணம் நம்பகிட்டதான் இருக்கு. எதுவும் தவறில்லை என்று போதிக்கும் சினிமாக்கள், பத்திரிகைகள், கேட்டால் நம் மரியாதை கெட்டுப் போகும் என ஒதுங்கும் பெற்றோர்கள். மேலை நாட்டு நாகரிக மோகம் என்று பல காரணங்கள்.

தலையாய காரணம் நம்மிடையே சுயக்காட்டுப் பாடு இல்லாததுதான்.

வேத : உண்மைதான் தனபால்... இப்ப வர்ற பத்திரிகையை பார்த்தா கற்பழிப்பு, கதவடைப்பு, இளைஞர்களை திசைதிருப்பும் இளமைக் கதைகள் என்ற பெயரில் வாத்சாயனர் பாணி சிறுகதைகள். இலைமறைக் காயைப் போல சுட்டிக் காட்டவேண்டிய காமம் கடைச்சரக்காகி, பத்திரிகை வடிவிலே கடையில தொங்குதே... நெஞ்சு வெடிச்சிடும் போல இருக்கு தனபால்.

தனபால் : இந்தப் பத்திரிகை தர்மத்தை காக்கவும், அதர்மத்தை ஒழிக்கவும் புறப்பட்டிருக்கிறதுன்னு முகப்பில் போட்டுவிட்டு உள்ளே முருகக் கடவுளுக்கு இரண்டு மனைவிகள் இருக்கும்போது, நாம ரெண்டு தாரம் கட்டிக்கிட்டா என்ன தப்பு? இந்த ரீதியிலே நாவல். ம்ஹூம்... மாண்புடை சமுதாயம் இப்படியா போகணும்.

வேத : எல்லா பத்திரிகையையும் நாம்ப இதுமாதிரி நினைக்கக்கூடாது. நல்ல பத்திரிகைகளும் வரத்தான் செய்யுது. மு.வ. சொன்னது நினைவுக்கு வருது. பிறருக்காக நெஞ்சம் உருகும் தன்மை பெற்ற பிறகே நெஞ்சம் வளர்கிறது. இதுமாதிரி பணத்துக்காக பொது மக்கள் மீடியாங்கிற போர்வையைப் போர்த்திக்கிட்டு உள்ளுக்குள்ளே பணம் பண்ணும் பத்திரிகைகளின் மத்தியிலே நல்ல இதயங்கள் மாதிரி ஓரிரண்டு பத்திரிகைகளும் வந்து கொண்டுதான் இருக்கு.

தனபால் : நம்மைப்போல இளைஞர்கள்லாம் ஒன்றுகூடி இந்த நிலையை மாத்த முயற்சி செய்யணும். இத இப்படியே விட்டுட்டா நம்ப நாடு அதளபாதாளத்தை நோக்கித்தான் போகும். இதப்போயி மக்கள் மத்தியிலே எடுத்துச்

சொல்லவும் பயமா இருக்கு. பைத்தியக்காரப் பசங்க இவங்க... வேல கிடைக்கலே என்கிற வருத்தத்திலே இப்படியெல்லாம் நமக்கு புத்தி சொல்ல வந்துட்டாணுக அப்படிம்பாங்களே...

வேத : எல்லாருமே அப்படி சொல்ல மாட்டாங்க தனபால்... ஆரம்பம் எப்போதுமே கஷ்டமாத்தான் இருக்கும். முடிவு நல்லாவே அமஞ்சிடும்... சரி வா சாப்பிட்டுட்டு அப்புறமா பேசலாம்.

தனபால் : இன்னொரு நாளைக்கு சாப்பிடறேன். இந்த பஸ்ஸை விட்டா அடுத்த பஸ் வர லேட்டாகும். அடுத்து நாம சந்திக்கிறபோது எல்லாமே நல்லபடியா நடக்கணும்னு வேண்டிக்கப்பா. போயிட்டு வர்றேன்.

வேத : சரி, அப்ப போயிட்டு வா... எல்லாரையும் கேட்டதா சொல்லுடா.

காட்சி - 2

பங்கேற்போர்: தயாநிதி, தனபால்

தயாநிதி : தனபால்... ஏய் தனபால் எங்கேடா போயிட்டு வர்றே... இந்த வேகாத வெயிலிலே வேலை வெட்டி ஒண்ணுந்தான் கிடைக்கலே, வீட்டு வேலையிலை யாவது சிரத்தை எடுத்துக்கக் கூடாதா?

தனபால் : முத்துப்பேட்டைக்கு போயிட்டு வர்றேன்ப்பா... வேதரத்தினம் வரச்சொல்லி லட்டர் போட்டிருந் தான். அவனப் பார்த்து ரெண்டு வருஷமாச்சில்ல... அதான்...

தயாநிதி : இவரு பெரிய பணக்கார வீட்டுப் பிள்ளை. அஞ்சு ரூபா செலவு பண்ணிக்கிட்டு அவரப் போயி பார்த்திட்டு வர்றாரு. ஏண்டா உனக்கு

இப்படியெல்லாம் புத்தி போகுது. அவனோட அப்பா அவனுக்கு ஏகப்பட்ட சொத்து வச்சிட்டு போயிருக்காரு. அவன் படுத்துக் கிடந்துகிட்டு சாப்பிடறான்... ஆனா நீ அப்படியில்லயே... நல்லா அழகா கவிதை சொல்லி அனுப்பிட்டானா? பெரிய கவிஞருல்ல அவரு.

தனபால் : அவன் பணக்காரனா இருந்தா இருந்துட்டுப் போறான். நமக்கென்னப்பா... நல்ல மனசு இருக்குப்பா அவனுக்கு. மற்றவங்க கஷ்டத்திலே பங்கு பெறணும்ங்கிற ஆவல் இருக்கு அவன்கிட்ட... பாவம் காலேஜ் விளையாட்டுப் போட்டியிலே கால இழந்துட்டு நடமாட முடியாம கிடக்கிறான். நாமதாம்ப்பா போயி பார்க்கணும். வயசானா புத்தி பேதலிச்சுப் போயிடுமோ.

தயாநிதி : ஆமாண்டா எனக்கு வயசாயிடுச்சி. உண்மைதான். நீ எம்.ஏ. படிச்சி என்ன கிழிச்சே. ஒழுங்கா ஒரு வேளை சோத்துக்கு வழி இருக்கா? உன்னைப் படிக்க வச்சதுக்கு 10 தென்னம்பிள்ளை போட்டிருந்தா இன்னேரம் பலன் கிடைச்சிருக்கும். நிலமும் போச்சு. உன் ஃப்ரண்ட் வேதரத்தினதுக்கு காலு முடமா இருந்தா என்ன? வசதியிருக்கே... எல்லோரும் உறவு கொண்டாட முன்வருவாங்க. நாம அப்படி இல்லையே? யோகி மாதிரி புத்தி சொல்லி அனுப்பினானா?

தனபால் : எல்லாரும் புத்தி சொன்னா எடுபடாதுப்பா... யோக்கியமா இருந்தாத்தான் யோகி ஆக முடியும். அந்த விதத்திலே வேதரத்தினத்திற்கு அந்த யோக்யதை இருக்கு.

தயாநிதி : எனக்கு அந்த யோக்யதை இல்லேன்னு பேசறியா? 'அதிகமா வடிச்ச மீஞ்சோறு கடைசியா கழனீர் பானைக்குத்தான் போகும்னு' சரியாத்தான்

சொல்லியிருக்காங்க... நீ எம்.ஏ. படிச்சதுக்கு உலகத்தே நல்லா ஆழமா... தெரிஞ்சிக்கிட்ட மாதிரியில்ல பேசற...

தனபால் : என்னைப் பொறுத்தவரை நான் தெரிஞ்சு கொண்ட விஷயத்திலே ஆழம் கண்டிருக்கேன்ப்பா... அது போதும் இப்ப...

தயாநிதி : உன்னை திருத்த என்னாலே முடியாதுடா... எக்கேடு கெட்டாவது போ. உங்க அம்மா கூப்பிடறா... சாப்பிடாம போயிட்டாயாமே... போய் கொட்டிக்க போ... ஏய் உன் செல்லப் புத்திரனுக்கு நல்லா மூச்சு முட்ட போட்டு கழுதையா ஆக்குடி... உங்களயெல்லாம் சொல்லி குற்றமில்லடி. கஷ்டப்பட்டு இவன எம்.ஏ. படிக்க வச்சேன் பாரு... நான் நல்லா அனுபவிக்கணும்... உழுது நல்லா பாடுபட்டிருந்தா ஒரு ஏக்கர் இன்னேரம் ஒன்பது ஏக்கரா மாறியிருக்கும்... படிப்பாம்... பெரிய படிப்பு.

காட்சி - 3

பங்கேற்போர்: அம்மா, தனபால்

தனபால் : அம்மா... பசிக்கிறது சீக்கிரம் சாதம் போடும்மா... எங்கம்மா தனலட்சுமி? சுஜாதா நாவல்ல மூழ்கிட்டாளா?

அம்மா : தனபால் பேச்ச மாத்தப் பார்க்காதே... அஞ்சு ரூபா செலவு பண்ணிக்கிட்டு நேற்று உன் கூட்டாளியைப் போய் பார்த்துட்டு வந்துட்டே... தனம் என்னடான்னா ரெண்டு நாளா சினிமா வுக்குப் போகணும், போகணும்னு நச்சரிச்சிட்டு இருக்கா... நீ என்னுக்கிட்ட இருந்த அஞ்சு ரூபாயை வாங்கிட்டுப் போயி செலவு பண்ணிட்டே.

தனபால் : அடுத்த வாரம் போகலான்னு அவகிட்ட சொல்லு.

அம்மா : அடுத்த வாரம் எங்கிருந்து வரும்? உங்க அப்பாவுக்கு இன்னும் ரெண்டு நாள்தான் வேலை இருக்குமாம்... அந்த காண்ட்ராக்டர் கனகசபை சொல்லிட்டாராம்... கூலி வேலைக்குக்கூட கிராக்கி ஏற்பட்டுப் போச்சு.

தனபால் : ஏம்மா... இப்படி என்னை வதைக்கிறே? எப்ப சாப்பிட உக்காந்தாலும் இதே பல்லவியாப் போச்சு... வேலை கிடைச்சா நான் போக மாட்டேன்னா சொல்றேன்...

அம்மா : மெதுவா பேசுடா... உங்க அப்பா காதில விழுந்து அவரு வேற சத்தம் போடப் போறார்... நம்ப நிலையைத்தானடா சொன்னேன்... சரி... சரி... சாப்பிடு. காலையிலே காப்பிகூட சாப்பிடாம லைப்ரரிக்குப் போயிட்டு இரண்டு மணிக்கு வர்றே... இவ்வளவு நேரம் என்னடா பண்ணினே.

தனபால் : அம்மா நாளையிலேருந்து ரிக்ஷா ஓட்டப் போறேன். வேதரத்தினம் ஒரு பாங்கிலே சொல்லி ரிக்ஷா வாங்கித் தர்றதா லட்டர் போட்டிருக்கான். இந்த விஷயத்தை அப்பாகிட்ட சொல்லிடாதே. அரசாங்க வேலை வர்றப்ப வரட்டும். இப்போதைக்கு இதைத்தவிர வேறு வழியே இல்ல... என்னம்மா தெகச்சு நின்னுட்டே?

அம்மா : எம்.ஏ. படிச்சிட்டு ரிக்ஷா ஓட்டப் போறேங் கிறியே, வெட்கமா இல்ல.

தனபால் : இதிலே என்னம்மா வெட்கம் இருக்கு. உழைப்புக் கேத்த ஊதியம் கிடைக்கும். மத்தவன்கிட்ட கைகட்டி நிற்க வேண்டிய அவசியமில்ல. இப்ப பட்டுக்கோட்டை டவுன்ல ரிக்ஷா, ஆட்டோ ஓட்டறவங்க எல்லாமே என்ன மாதிரி படிச்ச

வங்கதாம்மா... திருட, பொய் சொல்லக்கூடாது. இதுல தப்பு இருக்கிறதா எனக்குத் தெரியல. மனசிலே கற்பனையை வளர்த்துக்கிட்டு, உங்ககிட்ட பேச்சு வாங்கிகிட்டு வதைபடுறதைவிட ரிக்ஷா ஓட்டி சம்பாதிக்கிறது எவ்வளவோ தேவலாம்.

அம்மா : இந்த விஷயம் உங்க அப்பா காதுக்கு எட்டினா வீடே ரணகளமாயிடும்டா தனபால்.

தனபால் : அப்ப, ரிக்ஷா ஓட்டிப் பிழைக்கிறது அவமானத்துக்குரியதுன்னு நீ நினைக்கறயா? சொல்லும்மா... நிம்மதியான தொழிலா எனக்கு படுதும்மா இந்த வேலை.

அம்மா : அதுக்கில்லப்பா... உனக்கு இது ஒத்து வருமா? ரொம்பக் கஷ்டமாச்சேடா? உங்க அப்பாவுக்கு இது தெரிஞ்சு போனா அவரு என்னைத்தானே கோவிச்சுக்குவாரு.

தனபால் : கொஞ்ச நாள் போனா எல்லாம் சரியாயிடும்மா. காலப்போக்கை அனுசரிச்சு நம்மை மாத்திக்க வேண்டியதுதாம்மா... படிச்சவங்க எல்லாருமே படிச்சதுக்கு தகுந்த மாதிரி உத்தியோகம் தேடிக்க முடியுமா? இன்றைக்கு இருக்கிற, உழைக்கிற ஒவ்வொரு தொழிலாளியும் என்னை மாதிரி படிக்காம இருக்கலாம். பண்பும், பாசமும் மற்றவங்களுக்கு உதவணும்ங்கிற நல்ல மனசு இருக்கும்மா அவங்களுக்கு. ‘செய்யுந் தொழிலே தெய்வம்; அந்தத் திறமைதான் நமது செல்வம்னு’ தெரியாமலா கவிஞர்கள் பாடி வச்சாங்க.

அம்மா : என்னமோப்பா... சின்ன வயசிலேர்ந்து உன்னை செல்லமா வளத்து படிக்க வச்சிட்டோம். கிராமத்திலே பொறந்த உனக்கு உழவுத் தொழில்கூட பழகிக் கொடுக்கல உங்க அப்பா... நீ

சொல்றது இந்தக் காலத்துக்குப் பொருத்தமாத்தான் படுது. காலந்தான் அதுக்குப் பதில் சொல்லணும்.

தனபால் : நிச்சயம் நமக்கு ஒளிமயமான எதிர்காலம் இருக்கும்மா... சரி, நான் பட்டுக்கோட்டை வரை போயிட்டு வந்துடறேன். பஸ் ஸ்டாண்டிலே எனக்காக என் ஃப்ரண்ட் வேதரத்தினம் காத்திருப்பான். அப்பா கேட்டா எதையாவது சொல்லி சமாளிச்சிடு. போயிட்டு வர்றம்மா... தனலட்சுமி கேட்டா லைப்ரரி போயிட்டான்னு சொல்லிடு.

அம்மா : சீக்கிரம் இருட்டறதுக்குள்ளாற வந்துடுப்பா... கடைசி பஸ் வரை காத்திருக்காதே... நான் சொல்றது கேட்குதாடா... வேதரத்தினத்தை நான் ரொம்பக் கேட்டதா சொல்லு.

தனபால் : சரிம்மா... போயிட்டு வர்றேன்.

*

காத்திருக்கும் சீதைகள்

காட்சி - 1

பங்கேற்போர்: சாரதா, தேவி

சாரதா : வாம்மா தேவி... பாத்து ரொம்ப நாளாச்சு. வீட்லே எல்லாரும் சௌக்கியமா இருக்காங்களா?

தேவி : சௌக்கியமா இருக்காங்க டீச்சர். நீங்க நலமா டீச்சர்? எங்க சரோஜினியைக் காணோம்?

சாரதா : டியூஷனுக்கு போயிருக்காம்மா... இப்ப வர்றநேரந்தான்... என்னமோம்மா... அவள ஆணுக்கு ஆணா, பொண்ணுக்கு பொண்ணா வளர்க்கறேன்... எப்பப் பார்த்தாலும் கதை, நாவல் படிக்கிறதிலேயே நேரத்தை செலவழிக்கிறா. பத்திரிகைகள் வாங்கறதை இப்ப நானும் குறைச்சிட்டேன். இப்ப வர்ற புஸ்தகத்தில எழுதற கதையெல்லாம் கதை மாதிரியா இருக்கு. எழுதற எழுத்தும்... படமும் சகிக்கல... இதுல வேற

தலைப்பிலேயே 'முற்போக்கு இதழ்' என்று போலி முத்திரை.

தேவி : சரோஜினி சின்னப் பொண்ணுதானே டீச்சர். அன்னப்பறவை மாதிரி செயல்படுற பக்குவத்தை நாமதான் உருவாக்கணும். நீங்களே அவளுக்கு டியூஷன் சொல்லிக் கொடுத்தா என்ன?

சாரதா : தேவி... பலமுறை சொல்லிக் கொடுக்க முயற்சி பண்ணி தோத்துப் போயிட்டம்மா... அதான் என்னோட வேலை பார்க்கிற சபீதா டீச்சருக்கிட்ட டியூஷனுக்கு அனுப்பி வச்சேன். என்னுக்கிட்ட அவ பயப்பட மாட்டேஙகறா. கொஞ்சம் பயமும் இருந்தாத்தான் படிப்பும் ஏறும்.

தேவி : நான் உங்க ஸ்டூடண்ட்டுன்னு சொல்லிக்கறதிலே பெருமப்படறேன் டீச்சர். நாலு வருஷத்துக்கு முந்தி ஒரு தமிழ் வகுப்பிலே நீங்க சொல்லிக் கொடுத்த நன்மொழி இன்னமும் நினைவிலே பசுமையா இருக்கு... சீதையின் பரிசுத்தத் தன்மையும் சாவித்திரியின் மனோதைரியமும், தமயந்தியின் திட நம்பிக்கையும் கூட்டு அடிப்படையில பிறந்து வளர்ந்த ஆன்மிகப் பண்பாட்டின் வழி வந்தவள் பெண் என்று சொல்லிக் கொடுத்தீங்க...

சாரதா : அத... நான் சொந்தம் கொண்டாட முடியா தும்மா... ஏன்னா, கவிக்குயில் சரோஜினி தேவியுடையது, அவங்களப் பத்தி நிறைய படிச்சதினாலதான் எம் பொண்ணுக்கு சரோஜினி என்கிற பேரையே வச்சேன். அன்பு என்னும் ஐசுவரியத்தை பிறவியிலேயே பெற்றவங்க சரோஜினி நாயுடு. எத்தனையோ மாணவிகளிடையே என் கவனத்தைக் கவர்ந்த புத்திசாலியான பொண்ணு நீந்தாம்மா. ஏன்னா ப்ளஸ் 2 படிச்சு முடிச்சு நான்கு வருஷங்களுக்குப் பிறகும் நான் சொல்லிக் கொடுத்தபடி பிறத்தியார்

மனங்கோணாம... எதையும் புதுமையா செய்ய நினைக்கிற பாரு அதச் சொல்றேம்மா. அடிக்கடி என்னை வந்து பார்க்க, பேச நினைக்கிற ஒண்ணோட பெருந்தன்மைக்கு ரொம்ப கடமைப்பட்டிருக்கேன் தேவி. கொஞ்ச நாளைக்கு முன்புதான் உங்க அப்பாவுக்கு தஞ்சாவூர் பக்கம் டிரான்ஸ்ஃபர் ஆயிடுச்சு. உன்னை பார்க்க முடியல. அது எனக்கு எவ்வளவு கஷ்டமா இருந்தது தெரியுமா? ஆமாம்மா... மீண்டும் இங்கேயே டிரான்ஸ்ஃபர் ஆயிடுமுன்னு கேள்விப்படறேனே உண்மையா?

தேவி : ஆமாங்க டீச்சர்... குழந்தைகளோட படிப்பு பாதிக்கிற நிலைமையைச் சொன்னதில, அப்பாவுடைய மேலதிகாரிங்க கருணை காட்டி திரும்பவும் இங்கேயே மாத்தல் கொடுத்திட்டாங்க. நாங்க முன்னாடியே வந்துட்டோம்... அப்பா 'ரிலீவ்' ஆகி நாளைக்குத்தான் வருவாங்க.

சாரதா : ரொம்ப சந்தோஷமாயிருக்கும்மா... நீங்க இங்கு முன்பு தங்கியிருந்த வீட்டை காலி பண்ணாம வச்சிருந்தது எவ்வளவு நல்லதா போச்சு பாத்தியா?

தேவி : ஆமாங்க டீச்சர்... அப்பாவுக்குத்தான் கஷ்டம். வயசான காலத்திலே நாங்க அவருக்கு சம்பாதித்து போடுவோம்ங்கிற எதிர்பார்ப்பு இருக்கு. நல்லவேளை அக்கா செண்பகம் வேலையில இருக்கிறதால கஷ்டம் கொஞ்சம் தெரியல... எனக்கும் ஒரு வேல கிடைச்சிட்டா நல்லாருக்கும். நேத்து தூரத்து உறவுக்காரங்க திடீர்னு பொண்ணு கேக்க வந்துட்டாங்க டீச்சர்... அதை ஏன் கேக்குறீங்க... பையனையும் கூடவே அழைச்சிட்டு வந்தாச்சு. ஸ்டேட்சிலே இருக்கானாம் பையன். எல்லாமே புடிச்சிருச்சு. ஆனா எங்களுக்குப் பிடிக்காத ஒண்ணு நடந்து போச்சு. கல்யாணம்

ஆனவுடன் அவன் வெளிநாட்டிற்குப் போயிடு வானாம். வர்றதுக்கு பத்து வருஷமாகுமாம். அவங்க வீட்டிலதான் இருக்கணுமாம். அப்பாவுக்கு கெட்ட கோவம் வந்து 'எழுந்திருடா முதல்ல' அப்டின்னு திட்டிட்டார்.

சாரதா : சபாஷ்... அப்படித்தான் திட்டி அனுப்பணும். சினிமா, கதைகள்ல வர்ற மாதிரியில்ல இருக்கு. பொண்டாட்டிய இங்க விட்டுட்டு அவரு ஸ்டேட்சிலே ஜாலியா இருக்க, அவசரமா ஏன் இப்ப கல்யாணம் பண்றாங்களாம்.

தேவி : ஆமாம்மா... நினைச்சுப் பார்த்தா எவ்வளவு வேகமா கோபமா இருக்கு தெரியுமா? சே... இவங்கல்லாம் என்ன படிச்சு யாருக்குப் பயன்? பெண்ணுரிமை, ஆணுக்கு நிகரான அந்தஸ்து, ஆண் செய்ய முடியாத காரியங்கள பெண் செய்யணும் அப்படின்னு மேடை ஏறி பேசறவங்க எத்தனை பேரும்மா நம்ம நாட்டிலே... ஒருத்தராவது தான் பெற்ற பொண்ண ஒரு ஏழ்மையான பையனுக்கோ, ஏழையான பொண்ண தான் பெற்ற பையனுக்கோ எடுத்திருக்காங்களா? காந்தி ஜயந்திக்கு கவிதை படிச்சிட்டு ராத்திரி எட்டு மணிக்கு ஸ்திரீலோலனாய் மாறுவது ஏன்... எப்படி... எதுக்கு? இந்த மாதிரி சுவைஞர்கள் கேடகாத வரைக்கும் பேச்சாளர்களை திருத்த முடியாதும்மா... உண்மையா உழைக்கிற பேச்சாளர்கள நான் குறை சொல்லலை.

சாரதா : தனியா பொண்ணப் பார்த்தா பல்லிளித்து பேசறது... வர்ணனையிலும் புகழ்ச்சியிலும் பொண்ணு சீக்கிரம் மயங்கிடறான்னு நல்லாவே ஆடவர்கள் புரிஞ்சி வச்சிருக்காங்க.... நிலவே என்கிறான் ஆண். நிலவு களங்கம் நிறைந்தது

என்பதை மறந்து மகிழ்கிறாள் பெண். அன்றிலிருந்து இன்று வரை நம்ப பெண் சமுதாயம் பட்டு வர்ற கஷ்டம் கொஞ்சமா நஞ்சமா?

தேவி : அம்மா, அப்பாவோடவர்ற பையன்க பொட்டிப் பாம்பா வந்து அவங்க சொல்றத தஞ்சாவூர் தலையாட்டி பொம்மை மாதிரி தலையாட்டிட்டு போயி... பிடிக்கலேன்னு லட்டர் போட வேண்டியது. பொண்ணு புடிச்சிருந்தா அந்த இடத்திலேயே முடிவைச் சொல்லிட வேண்டியதுதானே.

சாரதா : சீதாராமன், ராதாகிருஷ்ணன்னு பேரை வச்சிருக்காங்க. ஆனா எத்தனை சீதாக்களும் ராதாக்களும் ராமனையும் கிருஷ்ணனையும் தேடித் தேடி ஏங்கி சீரழிஞ்சு போயிருக்காங்க... என்னோட அனுபவத்திலே சொல்லணும்னா அந்தக் காலத்தைவிட இப்ப கொஞ்சம் மாறியிருக்கு. இன்னும் மாறணும். அப்பத்தான் உன்னை மாதிரி ஏழைப் பொண்ணுங்களுக்கு நல் வாழ்வு கிடைக்கும். ஒவ்வொரு தகப்பனும் காந்திஜி சொன்னது போல 'பெண்ணுரிமை என்னும் விஷயத்தில் பிடிவாதமாக இருக்க வேண்டும். புதல்விகளையும் புதல்வர்களையும் நாம சம அந்தஸ்தோட நடத்த வேண்டும்.

தேவி : ஆமாம் டீச்சர்... எனக்கு நேரமாயிட்டுது... நான் கிளம்பறேன் டீச்சர்...

சாரதா : உனக்கு ஆசிரியையாக இருந்ததுக்கு நான் ரொம்பப் பெருமைப்படறேன்... பத்திரமா போயிட்டு வாம்மா...

காட்சி - 2

பங்கேற்போர்: சரோஜினி, தேவி, சாரதா

சரோஜினி : அக்கா வாங்க... வந்து நேரமாச்சா? அம்மாகூட பேசிட்டிருந்தா உங்களுக்கு நேரம் போறதே தெரியாதே. எப்ப தஞ்சாவூரிலே இருந்து வந்தீங்க? உங்க பக்கத்து வீட்டுப் பங்கஜம் என்னோட டியூஷன் படிச்சிட்டிருக்கா... இன்னிக்கு காலையில நீங்கள்லாம் வந்தது பற்றி சொன்னா, எவ்வளவு சந்தோஷமா இருந்துச்சு தெரியுமா?

தேவி : சரி, உள்ள போயி புஸ்தகத்தயெல்லாம் வச்சிட்டு வாம்மா.

சரோஜினி : இதோ வந்துட்டேன்... கொஞ்சம் இருங்கக்கா...

தேவி : ஏதோ நேத்து உங்க ஸ்கூல்ல இலக்கிய மன்ற தொடக்க விழாவாமே... யாரும்மா வந்தாங்க பேசறதுக்கு.

சரோஜினி : திருச்சி, பாரத விலாஸ் மகளிர் கல்லூரி பேராசிரியை பாண்டிமாதேவி... பிச்சு உதறிட்டாங்க... பெண்ணடிமைங்கிற தலைப்பு அவங்களுக்கு ரொம்பப் பொருத்தம் போங்க... டாப் கிளாஸா இருந்ததுக்கா... நீங்க கேட்டிருக்கீங்களா அவங்க பேச்சை?

தேவி : ஓ... நிறைய தடவை கேட்டிருக்கேன்... நாக்கிலே தேன தடவிக்கிட்டு பேசினது மாதிரி இருந்துச்சா... நான் படிக்கிற காலத்திலேயும் இவங்கதான் பாரதி நூற்றாண்டு விழாவிலே பேசிட்டுப் போனாங்க... சரியான பச்சோந்தியாம்... சே...

சரோஜினி : என்னக்கா சொல்றீங்க... அவங்களப் போயி இப்படி பச்சோந்திங்கறீங்க... எவ்வளவு

அருமையான கொட்டேஷன்ஸ் கொடுத்து பேசினாங்க.

தேவி : பெரிய கொட்டேஷன்ஸ். நீயும் கூடத்தான் முயற்சி பண்ணினா பேச முடியாதா என்ன? நான் அதச் சொல்ல வரலேம்மா... அவங்க பையன் கல்யாணத்துக்கு நாங்கள்லாம் போயிருந்தோமா... சம்பந்தியம்மா... அதாவது அவங்க பையனோட மாமியாருக்கு ஒரு பெரிய லிஸ்ட் கொடுத்தாங்க பாரு, அதப் பார்த்து அந்த அம்மாவுக்கு ஏகப்பட்ட அதிர்ச்சியாப் போச்சு. நாங்க ஒரு பத்து பெண்கள் எதிர்லே இருந்தது பதில் சொல்ல முடியாத சூழ்நிலையை உண்டு பண்ணிடுச்சு... காரணம் என்னன்னா... பெரிய மளிகைக்கடை சாமான்கள் மாதிரி லிஸ்ட். அதிலே ஸ்கூட்டர், நகை நட்டு, ரிஸ்ட் வாட்சு... இன்னும் என்னென்னமோ...

சரோஜினி : அப்ப... இப்ப அழகா மேடையில பேசிட்டுப் போறாங்க. மூச்சுக்கு முன்னூறு வாட்டி வரதட்சணை கொடுக்கறதும் தப்பு, வாங்குறதும் தப்புன்னு. ஏறுக்குமாறாவேயில்ல இருக்கு? அப்ப இதெல்லாம் வேஷமா?

தேவி : சரியான வேஷம்... அநேகம் பேர் என்ன செயல் நடக்கிறது என்றே அறிய மாட்டாங்க. அவங்கள்லே இந்தம்மாவும் ஒரு ஆள். சொல்லுக்கும் செயலுக்கும் நெறய வேறுபாடு இருக்கும். ஒரு இடத்தில பேசினத ஒன்பது இடத்தில பேசுவாங்க. இவங்கமாதிரி ஒரு படிச்ச இளம் பெண்களுக்கு பாடம் போதிக்கிறவங்க எடுத்துக்காட்டா இருக்க வேணாம். படிப்பை பாரு எம்.ஏ., ஆராய்ச்சி செஞ்சு பி.எச்டி., பட்டம். வெட்கமா இருக்கும்மா இவங்களப் பத்தி பேசவே.

சரோஜினி : அப்படியா அக்கா? அதோ கடைக்குப் போன அம்மாவும் வந்துட்டாங்க.

தேவி : ஆமாம்மா... இவங்களப் போல உள்ளவங்க இப்படியிருந்தா பாரதி சொன்ன புதுமைப் பெண்கள் எப்படியம்மா தோன்ற முடியும்? புத்தி கெட்ட பெண்கள்தான் உருவாக முடியும்.

சரோஜினி : எங்க ஹெட்மிஸ்டர்ஸோட காலேஜ்மேட்டாம் இவங்க... பேசிக்கிட்டாங்க ஸ்டூடண்ட்ஸ்...

தேவி : எப்படியாவது இருந்துட்டுப் போவட்டும் போ... அவங்க மாறாம இருந்தா அதுபோதும்... அப்ப நான் வரட்டுமா சரோஜினி... டீச்சர் நான் போயிட்டு வரட்டுங்களா...

சரோஜினி : சரி போயிட்டு வாங்க... அடிக்கடி வாங்க தேவிக்கா.

சாரதா : போயிட்டு வாம்மா... எல்லாரையும் கேட்டதா சொல்லு தேவி. பெரியக்கா செண்பகத்தை ரொம்ப விசாரிச்சதா சொல்லும்மா...

தேவி : சொல்றேன் டீச்சர்... வரட்டுமா?

காட்சி - 3

பங்கேற்போர்: சடகோபன், தேவி, சரசுவதி

சடகோபன் : எங்கேம்மா போயிட்டு வர்றே... சாரதா டீச்சர் வீட்டுக்கா... அவங்கள கொஞ்ச நாளா பார்க்காம இருந்தது உனக்கு எவ்வளவு கஷ்டமா இருந்திருக்குமென நல்லா தெரியும்மா... இன்னிக்கு பார்த்திட்டாயா? பாவம் அவங்க வாழற வயசில புருஷனை இழந்துட்டு தன்னந்தனியா தன் ஒரே மகளை வளர்த்து படிக்க வச்சிக்கிட்டு வர்றாங்க. உண்மையிலேயே அவங்க பாராட்டுக்குரியவங்க. இந்த கம்ப்யூட்டர் யுகத்தில இப்படி ஒரு பொண்ணு இருக்கிறது பெருமையா இருக்கு.

படிச்சவங்க எல்லாருமே சாரதா டீச்சரு மாதிரி இருந்திட்டா விழிப்பான, ஆரோக்கியமான பெண் சமுதாயம் நிச்சயம் உருவாகிடும். பரிசுத்தமான இதயம் பெண்ணின் பெருமையை பறைசாற்றும் பரம்பரைச் சொத்து என்று பெரியவங்க சொன்னது எவ்வளவு உண்மை.

தேவி : ஆமாம்ப்பா... இவங்ககூட ஒரு மணி நேரம் பேசிட்டிருந்தா ஒரு வண்டி நல்ல புத்தகத்தைப் படிச்ச ஞானம் வந்துடும்பா... அவ்வளவு விஷயம் அவங்ககிட்ட இருக்கு.

சடகோபன்: ஒரு பெண்ணின் இதயம் கருணையின் கோயிலா மாறும்போது அதற்கு இணையான வாஞ்சை இந்த உலகத்திலேயே கிடையாதுன்னு சொன்னது எவ்வளவு பொருத்தம். அதோ... உங்க அம்மா சரசு கோபமா வர்றா சமாளிச்சுக்க...

சரசுவதி : ஏம்மா தேவி... உன்ன எங்கெல்லாம் தேடறது... போறபோது சொல்லிட்டு போகப்படாது. இந்த சாமான்கள இறக்கி உள்ளே கொண்டுட்டு போறதுக்குள்ள, அடேயப்பா நான் பட்ட பாடு, அந்த சாரதா டீச்சர் வீட்டுக்குத்தானே போன... சரி... சரி... வா அதையெல்லாம் ஒழுங்குபடுத்தி வைப்போம்.

தேவி : இதோ வர்றேம்மா... பாங்க்லேர்ந்து அக்கா வந்தாச்சா... தம்பி தாமு காலேஜ்லே இருந்து இன்னும் வரலே...? இன்னிக்குத்தான் லீவாச்சே...

சரசுவதி : அவனோட ஃப்ரண்ட் பிரபோட வீட்டுக்குப் போயிருப்பான்... கிரிக்கெட் பைத்தியமாச்சே... ஒரு புள்ளக்கிக்கூட குடும்பப் பொறுப்பு இல்ல.. எல்லாத்தையும் என் தலைமேல சுமக்க வேண்டியிருக்கு... அவரு என்னடான்னா மாசா மாசம் சம்பளப் பணத்தை கொடுத்துட்டுப்

போயிடுறாரு. புள்ளங்கள வளக்கத் தெரியவாணாம்? எல்லாத்துக்கும் இந்த வீட்டிலே ஏகப்பட்ட சுதந்திரம் கொடுத்திட்டாரு... எனக்கு மட்டும் இல்லை.

சடகோபன் : உனக்கென்ன சரசு... சுதந்திரம்... இப்படி மனசுல பட்டதை வெளிப்படையா பேசுற பாரு. அதுவே பெரிய சுதந்திரந்தான் இந்தக் கால பிள்ளைங்களுக்கு. சுதந்திரம் கொடுக்கிறது மட்டுமல்ல, சுயமாக சிந்திக்கவும், பேசவும் கத்துக் கொடுக்கணும். அதது தன் கால்களிலேயே நிற்பதற்கான பயிற்சி அப்பதான் வரும். இல்லேண்ணா கற்பனையை வளர்த்துக்கிட்டு வளமான வாழ்க்கையை அமைச்சுக்க தெரியாம திண்டாடுவாங்க. புரியுதா? உனக்கெங்கே புரியப் போவுது. பொண்ணுங்கள பள்ளிக்கூடத்துக்கே அனுப்பக்கூடாதுன்னு உங்க அப்பா... அதான் என் மாமனாரு சொன்னார். அது நடந்துதா? உன் பொண்ணுங்க படிக்கிறத இப்ப நீ என்னமா ரசிக்கிறே... நல்ல வேள உன் பேச்ச நான் கேட்டிருந்தேன்னா எவ்வளவு கஷ்டப்பட் டிருக்கணும்.

சரசுவதி : பெரிய அரசியல்வாதி மாதிரி நல்லா பேசக் கத்துக் கிட்டீங்க... அப்பாவுக்கும் பொண்ணுங்களுக்கும் இந்தப் பேச்சு எங்கிருந்துதான் வந்ததோ... போயி முகத்தை அலம்பிட்டு வாங்க... காபி தர்றேன்...

சடகோபன் : அடச்சே.... அரசியல்வாதியை இழுக்காதே... மூடேஅவுட்டாயிடும். பரவாயில்ல எங்களப் பாத்து நீயும் பேச கத்துக்கிட்ட... சபாஷ்... சரசு வாளியில தண்ணி எடுத்து வை. இதோ வந்துட்டேன்.

*

உறவுகள்

காட்சி - 1

பங்கேற்போர்: அமுதா, மாலா

அமுதா : என்ன மாலா, ரெண்டு நாளா ஆளயே காணோம். எங்கே போயிருந்தே?

மாலா : ஆமா அமுதா, நம்ப மீனாட்சி ஆத்தாவுக்கு உடம்பு முடியல... பார்க்கப் போயிருந்தேன்.

அமுதா : அந்த ஆத்தா இந்த அமாவாசையோடு போயிடும்னு ஊர்க்காரங்க கெடு விதிச்சாங்களே, வரிசையா அமாவாசைகள்தான் போய்க்கிட்டிருக்கு, ஆத்தா போய்ச் சேரக் காணோம்.

மாலா : ஏன் இப்படிச் சொல்ற?

அமுதா : பின்னே என்ன, ஒரு கண்ணுல வெண்ணெயும், ஒரு கண்ணுல சுண்ணாம்பும் வைக்கிற ஆத்தாவுல இது... புள்ளங்கள்லே எது ஒசத்தின்னு

பெத்தவங்களே பார்க்கலாமா? சரி, ஆஸ்பத்திரியில இருந்து வந்தாச்சா?

மாலா : வந்துடுச்சு... இனிமே பார்க்க முடியாதுன்னு டாக்டர் கைய விரிச்சிட்டாராம். அதம்பை பெருமாள் தாத்தாகூட வந்து பார்த்துட்டு, தாய்க்கு மகன்கள் நெனப்புதான், தகவல்கள் எல்லாம் சரியாச் சொன்னீங்களா?ன்னு கேட்டுட்டுப் போயிருக்கார்.

அமுதா : ரெண்டு ஆம்பளப் புள்ளய பெத்தும் தாய் தந்தைக்கு பிரயோசனமில்ல... பெரிய மகன் மாரிமுத்துக்கும் தாய்க்கும் ஆகாது. பத்து வருஷத்துக்கு முன்னாடி கோவிச்சுக்கிட்டு பட்டணத்துக்குப் போயிட்டான்.

மாலா : போனவன் சும்மா இருந்து தொலைச்சானா? அங்கே ஊர் பேரு தெரியாத ஒரு பொண்ண கல்யாணம் பண்ணிக்கிட்டு குடும்பம் வேற நடத்தறான். இதைக் கேள்விப்பட்ட அப்பனும் ஆத்தாளும் அவன் உறவே வேண்டாம்னு முடிவு பண்ணிட்டாங்க. இப்ப அவன் எங்கிருந்து வரப்போறான்?

அமுதா : நீ வேற, அது தெரியாதா, அவனுக்கு இங்கிருந்து அடிக்கடி செய்தி அவனோட கிளாஸ்மேட் சுந்தரம் மூலமாக போய்க்கிட்டுதான் இருக்கு. ஏதோ பிரைவேட் கம்பெனி ஒண்ணுல வேலை பார்க்கிறதாகவும் தகவல்.

மாலா : அந்த புள்ளய எப்படியாவது நல்லா படிக்க வைக்க ஆத்தா சிரமப்பட்டாங்க. அதுக்குத்தான் படிப்பு ஏறல. பிஞ்சில பழுத்து, கெட்ட சகவாசத்தால படிப்பு ஹைஸ்கூலோடு நின்னுப்போச்சு. இந்தக் காலத்துல நட்புக்கு என்ன மரியாதை, காசு இருந்தாத்தான் சாதி சனமே தேடிக்கிட்டு வரும். என்ன சொல்ற நீ?

அமுதா : *உண்மைதான் மாலா. காலம் மாறிக்கிட்டே வருது. ஒரு காலத்தில இருந்துச்சு உறவு, நட்பு என்று சொல்லக்கூடிய அளவுலதான் இப்ப இருக்கு.*

மாலா : *நம்ப சனங்க இப்ப ரொம்பவே மாறிட்டாங்க. காலத்துக்குத் தகுந்த மாதிரி கெட்டிக்காரத்தன மாகவும், சுயநலமாகவும் வாழ கத்துக்கிட்டாங்க.*

அமுதா : *மாற வேண்டியதுதான் மாலா... பெத்தவங்க கிட்டேகூட பாசம் இல்லாமலா? அத விடு மாலா, சுந்தரத்தோட ரெண்டாவது பையன் செந்திலு நல்லா படிச்சதுனாலதானே அமெரிக்கா போக முடிஞ்சுது.*

மாலா : *ஆமா, ஆமா... நாம்ப தூரத்து உறவுக்காரவுங்களா இருந்தாலும் ஆத்தா நம்ப மேல எவ்வளவு பாசம் காட்டினாங்க. அந்தக் காலத்து ஆளுங்க... ஆளுங்கதான்.*

அமுதா : *எல்லார்கிட்டயும் அன்பு காட்டி, அரவணைக்கிற குணம் இப்ப குறைஞ்சுகிட்டுதான் வருது. சாப்பீட்டிங்களான்னு கூட யாரும் கேட்கிறதில்ல.*

மாலா : *அதோ... அதம்பை பெருமாள் தாத்தா வேகமாக வர்றாரு. நாளைக்குப் பாப்போம், வரட்டுமா அமுதா?*

அமுதா : *சரி மாலா, போயிட்டு வா.*

<u>காட்சி - 2</u>

பங்கேற்போர்: பெருமாள் தாத்தா, நடேசன், மீனாட்சி ஆச்சி, மாரிமுத்து, வரதராசன்

பெ. தாத்தா: ஏம்ப்பா நடேசா, சின்னவனுக்கு சொல்லியாச்சா?

நடேசன் : *செந்திலுக்கா... அவன் மேலதான் இந்தக் கிழவிக்கு உசிரு, பெரியவன் சரியில்லன்னு இவனத்தான்*

> மீனாட்சி கண்ணுக்கு கண்ணா வளர்த்தா, அலிவலம் காளியம்மன் கோயில், குளத்துக் கரையோரமா இருந்த நாலு காணி நிலத்தையும் வித்து செந்திலை வெளிநாட்டுக்கு வேலை பார்க்க அனுப்புச்சு வச்சுது, போயி அஞ்சு வருஷம் ஆச்சு... இன்னும் திரும்ப வரலை.

பெ. தாத்தா : அவனும் மறந்துட்டானா?

நடேசன் : அப்படி சொல்லாதீங்க மாமா, ஆத்தா மேல அந்தப் பயலுக்கு ரொம்பவும் உசிரு. வாரம் தவறாம அமெரிக்காவில இருந்து போன் பண்ணிப் பேசுவான். பணம் அனுப்புவான். அதோ பாருங்க, அதுக்காகவே எஸ்.டி.டி. போன் கூட வாங்கிக் குடுத்திருக்கான்.

பெ. தாத்தா : அமெரிக்காவில இருந்து இப்ப அவன் வரணுமே, ஆனா தொலைவாச்சே... அதோ போறது யாரு? பின்னாடி ரெண்டு மூணு பேரு போறாங்களே... வயசானாலே இந்தக் கண்ணு மக்கர் பண்ணுதுப்பா.

நடேசன் : நம்ம மாரிமுத்துதான்.

பெ. தாத்தா : அடடே, நம்ப மாரிமுத்தா... பேச்சு அடங்கிப் போய் ரொம்ப நாளாச்சு. இருந்தாலும் புள்ளங்க எப்ப வருவாங்கன்னு சாடையா, சைகையில் தொடர்ந்து கேட்டுக்கிட்டே இருந்துச்சு எம் மக.
(கண் கலங்குகிறார்)

> மாரிமுத்தோட வந்த ஊர்க்காரங்க சப்தமாக தாயின் காதில்:!

>> "வந்திருப்பது யார்னு தெரியுதா ஆத்தா... உன்னோட மூத்த மகன் மாரிமுத்து, மெட்ராசி லிருந்து வந்திருக்கான். என்ன ஆத்தா இப்படிப் பார்க்கிற... அடையாளம் தெரியலயா...? எத்தனை வருஷமாச்சு."

மீனாட்சி : என்ன சொல்றீங்க, என் புள்ள மாரியா... எங்கப்பா?

சுற்றி நின்ற சொந்தங்களில் ஒருவர்

புள்ள ஆசையிலதாம்ப்பா இவ்வளவு நாளா ஆச்சி இழுத்துக்கிட்டு கிடந்திருக்கு... பாத்தியா அதிசயத்த, இவ்வளவு நாளா பேசாத ஆத்தா எப்படி பேசுது பாத்தியா? மாரி, சப்தமா உங்கம்மாகிட்ட பேசுப்பா.

மாரிமுத்து: அம்மா... அம்மா... மாரிமுத்து வந்திருக்கேம்மா... நாந்தாம்மா உன்னோட மூத்தவன்... அழாதேம்மா, நான் வந்திட்டேன் இல்ல... உங்க பேச்ச கேட்காம போனதால ரொம்பச் சிரமப்பட்டுட்டேன்... இனிமே உங்கள விட்டுப் போக மாட்டேம்மா... (அழுகை)

மீனாட்சி : (அழுதவாறே) சாகுறதுக்குள்ள உன்னை எப்படியாவது பாத்துடணும்னு வேண்டாத கடவுளையெல்லாம் வேண்டிக்கிட்டிருந்தேன். எந்தக் கடவுளோட புண்ணியமோ உன்னை இங்கயே அழச்சிட்டு வந்து விட்ருச்சி. ஆசை தீர உன்னைப் பார்த்திட்டேன். அது போதும்ப்பா எனக்கு. சின்னவனயும் பார்த்திட்டா நிம்மதியா போய்ச் சேர்ந்திருவேன்.

மாரிமுத்து: அழாதீங்கம்மா... இப்ப நீங்க சாக மாட்டீங்க.

மீனாட்சி : இல்லப்பா... உன்னை ரொம்பவும் கஷ்டப் படுத்திட்டேன். வீட்டிற்கு உதவாதவன், படிப்புக்கு லாயக்கு இல்லேன்னு உங்கப்பா சொன்னத நான் கேட்டிருக்கக் கூடாது. அதற்கு உடந்தையா இருந்தது தப்பு. கடவுளா பாத்து உன்னை கொண்டாந்து என் முன்னாலே நிறுத்தியிருக்கு. உங்கப்பா எங்கே? அவரைக் கூப்பிடு.

மாரிமுத்து: அதோ வர்றாரும்மா... இளைப்பு அதிகமா இருக்கு. சத்தே பேசாம இருங்கம்மா... அப்பா வர்ற வேகத்தப் பார்த்தா பயமா இருக்கு.

மனைவி அருகே வந்த வரதராசன்

இவனை இங்கு யார் வரச் சொன்னது? அம்மாவைப் பார்க்கலைன்னு யார் அழுதது?

பெ.தாத்தா : வரதா, இந்தாப் பாரு, பழசையெல்லாம் மனசில வச்சிக்கிட்டு பகைமை பாராட்டாதே. என்னமோ காலமும் நேரமும் இவனை உங்ககிட்ட இருந்து பிரிச்சு வச்சிட்டுது, இவந்தான் இப்ப அம்மாவோட சாவுக்கு நல்லது கெட்டது பண்ணணும். புரிஞ்சு நடந்துக்க. சின்னவன் எப்ப வர்றான்னு யாருக்குத் தெரியும்?

வரத : அவனுக்கு தகவல் கொடுத்தாச்சு... வந்துருவான். இவன் எதுவும் செய்ய வேண்டாம். இத்தன வருஷம் இல்லாத தாய்ப்பாசம் இப்ப பொத்துக்கிட்டு வந்திருச்சா?

பெ.தாத்தா : மாரிமுத்து, நீ போயி உன் சித்தப்பன் பக்கிரிசாமி வீட்லே இரு. இதோ வந்துடறேன்.

மாரிமுத்து: சரி தாத்தா...

காட்சி - 3

பங்கேற்போர் : பக்கிரிசாமி, மாரிமுத்து, பெருமாள்

பக்கிரி : வாப்பா மாரி... நல்லாயிருக்கியா? எங்களை யெல்லாம் மறந்துட்டியே... எவ்வளவு நாளாச்சு? பட்டணத்துல இருந்தவன், இப்ப இந்தக் கிராமமெல்லாம் புடிக்குமோ?

மாரி : அதெல்லாம் ஒண்ணுமில்ல சித்தப்பா... பாசமில்லாமலா வந்திருக்கேன்.

பக்கிரி : தகவல் யாரு சொன்னா? உன்னோட சினேகிதன் சுந்தரந்தானே?

மாரி : ஆமா சித்தப்பா, அவந்தா அடிக்கடி உங்களப் பத்தியும், ஊர்நிலை பத்தியும் போன்லே சொல்லுவான்... அம்மாவுக்கு 'கேன்சர்' வந்திருக்கிறது என்ற தகவல சொன்னதும் அவந்தான்.

பக்கிரி : அதான பாத்தேன். அதோ உங்க தாத்தா வர்றாரு... வாங்க மாமா, உக்காருங்க.

பெருமாள்: நீயும் உக்காரு மாரிமுத்து, இப்ப எப்படி இருக்கே, என்ன பண்ற?

மாரி : மெட்ராசில ஒரு பிரைவேட் கம்பெனியில இருக்கேன் தாத்தா. வர்ற சம்பளம் குடும்பத்த நடத்தவே முடியல தாத்தா.

பெருமாள்: எங்கடா பொண்டாட்டி புள்ளைகள் எல்லாம்? காதலிச்சு கல்யாணம் பண்ணிட்டேன்னு சொன்னாங்க... கூட்டிட்டு வரலையா... எத்தனை புள்ளைங்க... ஏண்டா கண் கலங்குறே, எங்கேயிருந்தாலும் நல்லா இருந்தா அது போதும்.

மாரி : வரணும்னு ஆசைதான். ஆனா மூணு புள்ளைகளையும் அஞ்சலியையும் கூட்டிட்டு வந்து திரும்பறதுண்ணா, இரண்டாயிரம், மூவாயிரம் ஆகும். அவ்வளவுக்கு வசதி இல்ல.

பெருமாள்: உனக்கு ஏம்ப்பா தலையெழுத்து? இருக்குற நிலத்தை நீ பார்த்துக்காம வேற யாரு பார்த்துப்பா? உன் ஆத்தா இப்பவோ அப்பவோன்னு இருக்கு. இனி உன் அப்பனைத் தவிர வேறு யாரு இருக்கா? எனக்கு இன்னும் சாவு வரல. நான் பெத்த பொண்ணு என்னைவிட்டுப் போகப் போறா? (அழுகிறார்)

மாரி : அழாதீங்க தாத்தா... எல்லாருக்கும் அறிவுரை சொல்லி தேத்த வேண்டியவங்க நீங்க, அழலாமா? உன் அப்பனைத் தவிர வேறு யாரு இருக்கான்னா கேட்டீங்க?

பெருமாள்: ஆமா, அதுக்கு என்ன இப்ப?

மாரி : ஏன்? எங்க அப்பனுக்கு இந்த ஊரு இருக்கு. இந்த சனங்க இருக்காங்க. நான் எதுக்கு? உதவாத புள்ளன்னு ஒதுக்கிட்ட பெறவு நான் எதுக்கு? தம்பி செந்தில் எப்ப தாத்தா வருவான்? தகவல் ஏதும் இப்ப வந்ததா?

பெருமாள்: உங்க அப்பனத்தான் கேட்கணும். ரெண்டு, மூணு தடவை போன் பேசியிருக்கான். வா போயி விசாரிப்போம்.

காட்சி - 4

பங்கேற்போர்: பெருமாள், வரதராசன், மாரிமுத்து

பெருமாள்: வரதன், போன் பண்ணுனா சின்னவன் எப்படியும் வந்திர்றேன்னு சொன்னதாகச் சொன்னியே.

வரத : எப்படி வரமுடியும்... அமெரிக்கா என்ன கிட்டத்துலயா இருக்கு. தகவல் உரிய நேரத்துல கொடுத்தாச்சு. உடனே புறப்பட்டு வரேன்னு அழுதுக்கிட்டே பேசினான். அவன் அழுததும் எனக்கும் அழுகை வந்திடுச்சு. போன வச்சுட்டேன். (கண் கலங்குகிறார்)

(இருவரும் பேசிக்கொண்டு இருக்கும் போதே டெலிபோன் அலறியது)

பெருமாள்: ஓடு... அவனாத்தான் இருக்கும்.

வரத : நான்தான் பேசறேன். ரொம்ப முடியாம இருக்கு. நீ இன்னும் புறப்படலயா? அமெரிக்காவில இருந்துதான் பேசறியா? என்னப்பா பேசற. ஆத்தா உன் நினைப்புல உயிர் போகாம இழுத்துக்கிட்டு இருக்குப்பா... ஆத்தாகிட்டே செல்லமா வளர்ந்தவன் நீ. சரி சரி, தைரியமா வந்து சேரு, பயப்படாதே.

மாரி : தாத்தா, செந்தில் இப்போ புறப்பட்டா எப்போ வந்து சேருவான்?

பெருமாள்: நாளைக்கு வந்திடுவான். பணம் இருக்கு, பறந்து வந்திடுவான்.

மாரி : உண்மைதான். நான் நடந்து வரத்தான் முடியும். அவனப் போல பறந்து வரமுடியுமா?

பெருமாள்: நீயும் தாய், தகப்பன் பேச்ச கேட்டு ஒழுங்கா படிச்சிருந்தா சின்னவன் மாதிரி முன்னேறியிருக்கலாம். தலையெழுத்தை யாரு மாற்ற முடியும். காலமும் நேரமும் கூடி வந்தாலும் உழைப்பும் முயற்சியும் இல்லாட்டி உயர முடியாதுப்பா.

பெரியவர்களில் ஒருத்தர் : வரதா ஓடி வாப்பா... ஆச்சிக்கு தொண்டையில் கர... கர... என சத்தம் வருது. உன் பெரிய மகனெ கூப்பிடு, வாயில அந்த பால எடுத்து ஊத்தச் சொல்லுப்பா.

(மாரிமுத்து ஓடி வருதல்)

மாரி : அம்மா... அம்மா... மாரிமுத்து... இந்தப் பால குடிச்சிடும்மா, அழாதேம்மா... உனக்கு ஒண்ணுமில்ல...

(ஆச்சியின் கண்களிலிருந்து கண்ணீர் வழிந்தது. மரணத் தறுவாயில் ஆச்சியின் துடிப்பினை அறிந்து அவளது ஆதங்கத்தைப் பூர்த்தி செய்ய அங்குள்ள

எவருக்கும் தெரியவில்லை. உயிர் கொஞ்சம் கொஞ்சமாக அடங்கிக்கொண்டு இருந்தது. திடீரென்று உயிர் பெரிய இருமலோடு எதற்கோ போராடியது. கடைசியில் கண்ணை மூடிவிட்டாள் மீனாட்சி ஆச்சி)

வரத : ஐயோ மீனாட்சி... என்னெ விட்டுப் போயிட்டியா, எனக்கு இனி யார் துணை (அடித்துக் கொண்டு அழுறார்)

மாரி : அழாதீங்க அப்பா... நான் இருக்கேன்.

(மூத்த மகனும் தந்தையை கட்டிப்பிடித்து பெருங்குரலெடுத்து அழுகிறான்)

பெருமாள்: சரி, சரி, எதிர்பார்த்ததுதானே... இனி ஆகவேண்டிய காரியத்தைப் பார்க்கணும். வரதா, கடைசிக் கட்டமா ஒம் சின்ன மகனுக்கு ஒரு போனப் போடு... ஓடு, ஓடு.

வரத : இதோ போறேன்... (அழுதவண்ணம் போன் செய்கிறார்)

அம்மா போய்ச் சேர்ந்திருச்சுப்பா... உடனடியா கிளம்பி வந்திடு. இருக்கிற காரியத்த முடிக்கணும்... என்னப்பா பேச்சையே காணும்?

செந்தில் : (போனில்) அப்பா, போனது போயாச்சு. இனி நான் வந்து என்ன செய்யப் போறேன். நடக்க வேண்டியதப் பாருங்க... பாடிய நாத்தம் வருகிற வரையில் வச்சிருந்து வேடிக்கை பார்க்காதீங்க. உங்க உடம்பைப் பாத்துக்குங்க.

(அனைவரும் அவரை சூழ்ந்துகொண்டு விசாரிக்கிறார்கள்)

வரத : அவன் புள்ளயே இல்ல... என்னோட சொத்தை யெல்லாம் இழந்ததுதான் மிச்சம். அதிகமா படிக்க

படிக்க பாசமும் பறந்து போய்விடுமோ? என்ன உலகம் இது?

கூட்டத்தில் ஒருவர்

உடல் தளர்ந்த போதுதான் பிள்ளைகளோட உதவி தேவைப்படும். அதை உணராத பிள்ளைகள் இருந்தென்ன! சுயநலமும், பொறுப்பில்லாத தன்மையும் எப்படி இவங்ககிட்ட உருவானது, படிப்பு பண்புள்ள சூழலை உருவாக்கவில்லையே...

பெருமாள்: அதிகம் படிக்காத மாரிமுத்துக்கு இருக்கிற தாய்ப்பாசம், அவனுக்கு இல்லையே. ஊட்டி ஊட்டி வளர்த்தவனிடம் பாசத்தைக் காணோம். ஒதுக்கி வைத்தவனிடம் இருக்கு... பணத்திற்கும், படாடோபத்திற்கும் முன்னாடி 'உறவுகள்' தோத்துத்தான் போகுது.

ஏடு தேடிய தமிழ்ப் பயணம்

காட்சி - 1

பங்கேற்போர்: உ.வே. சாமிநாதய்யர், இராமசாமி

இராமசாமி : ஐயா, வணக்கம்.

உ.வே.சா. : வாங்க... வாங்க... உக்காருங்க இராமசாமி

இராம : தமிழிலே எத்தனையோ நூல்கள் முற்காலத்தில் இருந்தன என்று சொல்கிறார்களே, அவற்றைத் தேடி வெளியிடுவது சிறந்த தொண்டாகுமல்லவா?

உ.வே.சா. : ஆமா... ஆமா... நீங்க கொடுத்த சீவக சிந்தாமணி கையெழுத்துப் பிரதியை முதலில் நன்கு சோதித்து பதிப்பிக்க வேண்டும்.

இராம : தமிழின் சிறப்புப் பெயர்களாக சங்கத்தமிழ், பைந்தமிழ், செந்தமிழ், தீந்தமிழ், பூந்தமிழ், வண்டமிழ், ஒண்டமிழ், மென்தமிழ், இன்றமிழ், தென்தமிழ், தேன்தமிழ், நற்றமிழ், சொற்றமிழ்,

கலைத்தமிழ், வளர்த்தமிழ், தெளிதமிழ், கனிதமிழ், உயர்தமிழ், தாய்த்தமிழ், கன்னித்தமிழ் எனத் தமிழைப் பல்வேறு அடைமொழி இட்டு அழைத்தனர் முன்னர் வாழ்ந்த தமிழ்ச் சான்றோர் என சங்க இலக்கியங்கள் சான்று கூறும்போது, புராண இலக்கியங்கள் மக்களால் போற்றப் பட்டதற்கு காரணம் என்னய்யா?

உ.வே.சா. : சங்க இலக்கியங்கள் பல விரல் விட்டு எண்ணக்கூடிய ஒருசில புலவர்களுக்கே ஏகபோக உரிமையாக இருந்ததால் சாதாரண மக்களை சென்றடைய வாய்ப்பில்லாமல் போய்விட்டது.

இராம : தமிழ் ஐம்பெருங் காப்பியங்களில் குண்டலகேசி, வளையாபதி என்ற இரண்டும் அழிந்து போகும் நிலையில் இருந்த சூழலை அறிந்தபோது எவ்வளவு வருத்தமாக இருக்கிறது.

உ.வே.சா. : உண்மைதான் ராமசாமி, எஞ்சியிருக்கும் சிலப்பதிகாரம், மணிமேகலை என்ற நூல்களோடு அதையும் பதிப்பித்து விடவேண்டும். ஐம்பெருங் காப்பியங்கள் அழியாது காப்பாற்றப் பெற வேண்டும். தமிழர்களின் சொத்து இவை.

இராம : அதுபோன்றே, பத்துப்பாட்டு என்ற சங்க இலக் கியத்திற்கும், எட்டுத்தொகைகளில் ஐங்குறுநூறு, பதிற்றுப்பத்து, பரிபாடல், புறநானூறு ஆகிய வற்றையும் காப்பாற்றி விடவேண்டும் ஐயா.

உ.வே.சா. : ஆம், அழுக்காறு படைத்த அயலவர்கள் தனித்தமிழ்ப் பண்பை எடுத்துரைக்கும் தனித்தமிழ் இலக்கியங்களைக் கண்டாலே நெருப்பிலும், நீரிலும் இட்டு அழித்ததை ஜெர்மன் நாட்டுப் பாதிரியாராகிய மாக்ஸ் முல்லர் என்ற அறிஞர் எழுதியிருப்பதைப் படித்துப் பார்த்த போதுதான் எஞ்சியிருக்கின்ற ஏடுகளைத் திரட்டி பதிப்பிக்க

வேண்டும் என்ற எண்ணம் எனக்கு மேலோங்கியது. நல்லவேளை திருக்குறள் தப்பித்து விட்டது.

இராம : அப்படி என்னய்யா எழுதி வைத்திருக்கிறார் ஜெர்மன் நாட்டுப் பாதிரியார் மாக்ஸ் முல்லர்.

உ.வே.சா. : தமிழ் மக்களின் நூற்றுக்கணக்கான நகரங்களையும் கோட்டைகளையும் தீயிட்டு எரித்தனர். தீ ஆறு திங்கள் எரிந்தது. பலப்பல தமிழ்மறை இலக்கண இலக்கியங்கள் அதனால் அழிந்து சாம்பலாயின.

இராம : நினைத்துப் பார்க்கவே அதிர்ச்சியாக இருக்கிறதே ஐயா.

உ.வே.சா. : ஆம் நண்பரே, தமிழுக்கு தமிழர்தான் கதி. தமிழர்களுக்கு தமிழ்தான் கதி. நாமிருக்கும் போதே மென்மை மொழியான தமிழை உயர்த்தி பிறர் அறியும்வண்ணம், எளிய நடையில் சொல்லவும் எழுதவும் செய்துவிட வேண்டும். இதுவே எனது பெரும் விருப்பம்.

இராம : நிச்சயம் நடக்கும். ஐயா, தமிழைக் குறிப்பிடும்போது மென்றமிழ் என்கிறோம். மென்மையான தமிழ் என்பதுதானே பொருள்?

உ.வே.சா. : ஆம்... ஆம்.. உரியவாறு சொன்னீர்கள். மென்மை = மெல் + மை. ஒருவர் சான்றோர் என அறியப்பட்டால் அவர் ஆன்ற விந்தடங்கிய கொள்கை உடையவராய் இருப்பார். பண்பட்டவன் என்று சொன்னால் பல காலம் பழகிப் பழகி பண்பட்டு விட்டவன் என்று சொல்கிறோம் அல்லவா?

இராம : ஆம் ஐயா...

உ.வே.சா. : ஒன்று மென்மையாகவோ வழுவழுப்பாகவே இருக்கிறதென்றால் அதன் முரட்டுத் தன்மை, சிறிது சிறிதாகத் தேய்க்கப்பட்டிருக்க வேண்டும்.

எப்பொருளையும் எடுத்தவுடன் அழகாக அமைத்துவிட முடியாது. புதிதாக எழுதத் தொடங்குபவன் அச்செழுத்து போல் எழுதிவிட மாட்டான். புதிதாக ஆடை நெய்பவன் அழகாக நெய்துவிட மாட்டான். எதிலும் சிறிது காலமாவது பயிற்சி இருக்க வேண்டும். அழகும், அறிவும், அன்பும், பண்பும் யாவையும் தொன்றுதொட்டு பழகியவரின் பண்புகளாக அமைவன. மென்மை என்பது தொன்மையினின்று மிளிர்வதே. மென்மை என்பது பேசிப் பேசி, எழுதி எழுதி, பழகிப் பழகி அன்று முதல் இன்று வரை வந்துகொண்டே இருக்கிறது. தமிழ்ச் சங்கங்களிலிருந்து செம்மைப் படுத்தப் பெற்று வந்திருக்கிறது.

இராம : தமிழ்ச் சொற்களின் முரட்டுத்தன்மை குறைந்து குறைந்து மென்மைத் தன்மைக்கு வந்திருக்கிறது என்று சொல்லலாமா ஐயா?

உ.வே.சா. : சொல்லலாம்... இவ்வளவு மென்மையான மொழியை மக்கள் கடும் முயற்சியின்றிப் பேசுவதுபோல் வேறு எம்மொழியைப் பேச முடியும்?

இராம : உண்மை ஐயா. தமிழின் தொன்மை வரலாற்றுக் கெட்டாத காலத்துக்கு முந்தியது என்பது தெளிவாகிறது.

உ.வே.சா. : அதிலென்ன சந்தேகம். சங்கம் இருந்த காலத்தைப் பற்றி இறையனார் களவியல் உரையில் கூறப்படுவது பொருத்தமாக உள்ளதே.

இராம : எப்படி ஐயா?

உ.வே.சா. : இடைச் சங்கமாகிய தொல்காப்பியம் என்னும் மிகப் பழமையான தமிழ் இலக்கயம் கடைச்சங்க நூல்களாகிய பத்துப்பாட்டு, எட்டுத்தொகை ஆகியவையும் கி.மு. முதல் இரண்டு

நூற்றாண்டிலிருந்து கி.பி. இரண்டாம் நூற்றாண்டு வரை வாழ்ந்த மேலைநாட்டு நில நூலாசிரியர்கள் எழுதி வைத்த குறிப்புகள், தோண்டி எடுக்கப் பெற்ற பொற்காசு, கல்வெட்டு, புறப்பொருள் வெண்பாமாலை முதலியவற்றை நோக்கத் தமிழனின் தொன்மை தெளிவாகும்.

இராம : திருக்குறளையும் சேர்த்துக் கொள்ளலாம் அல்லவா? இதுவும் அக்காலத் தமிழனின் வாழ்க்கையை சித்தரித்துக் கூறும் நூலாக உள்ளதே.

உ.வே.சா. : நிச்சயமாகக் கூறலாம். அக்காலத் தமிழர் எத்தனையோ செயல்களில் உயர்ந்திருந்தனர் என்பது சங்க இலக்கியங்கள் வழி நாம் காண முடியும். சிலம்பு, மேகலை ஆகியவை சங்க கால இறுதியில் எழுந்துள்ள இலக்கியங்களாகும். இவையெல்லாம் தமிழின் தொன்மைக்குச் சான்றுகள் தானே.

இராம : ஐயா, ‘மிதிலைப்பட்டி’க்கு நாளைதானே புறப்படுகிறோம்.

உ.வே.சா. : ஆம் நண்பரே! நாளை கட்டாயம் வந்து விடுங்கள். தாமதிக்க வேண்டாம்.

இராம : சரிங்க ஐயா. காலையில் சந்திப்போம். வருகிறேன்.

காட்சி - 2

(கலைமகள் திருக்கோயில் கொண்டுள்ள தலம்; மணிமேகலை முதலிய நூல் பிரதிகளை அந்த ஊரில் உள்ள **சிற்றம்பலக் கவிராயர்** வீட்டில் பெற்றே உ.வே.சா. அவர்கள் ஆராய்ச்சி மேற் கொண்டார்கள். அந்த ஊரே மிதிலைப்பட்டி. மிதிலைப்பட்டியிலிருந்த கவிராயர் குடும்பத்தைச் சேர்ந்தவர்கள் செல்லூர், காரைச்சூரன்பட்டி

முதலிய ஊர்களில் இருந்தார்கள். படிக்காசுப் புலவர் அந்தக் கவிராயர்களிடம் தோல்வியுற்றார் என்று ஒரு வரலாறு உண்டு. புதுக்கோட்டைக்கு அருகிலிருக்கும் காரைச்சூரன்பட்டிக்குப் பயண மாகிறார் நண்பருடன் உ.வே.சா.)

பங்கேற்போர்: உ.வே. சாமிநாதய்யர், இராமசாமி, முதியவர்

உ.வே.சா. : அதோ போகிறார் பாருங்கள் ஒரு முதியவர். அவரிடம் காரைச்சூரன்பட்டிக்கு வழி கேட்போம்... ஐயா... ஐயா...

முதியவர் : என்னையா கூப்பிட்டீர்கள்?

இருவரும் : ஆம் ஐயா. காரைச்சூரன்பட்டிக்கு எப்படிப் போக வேண்டும்.

முதியவர் : வயது முதிர்ந்தவர்களாக இருக்கும் நீங்கள் அந்தப் பட்டிக்காட்டில் அப்படி என்ன வேலையாகச் செல்ல இருக்கிறீர்கள்? வறட்சியும், வறுமையும் நிறைந்த சுத்தப் பட்டிக்காடு அல்லவா அந்த ஊர்.

உ.வே.சா. : ஏன்? அங்கே ஜனங்கள் வாழ்கிறார்கள் அல்லவா? என்னைப் போன்ற கிழவர்களும் இருப்பார்களே, அவர்கள் புதுக்கோட்டைக்கு எப்படி வந்து போகிறார்கள்?

இராம : ரோடு வசதி ஏதும் இல்லை என்கிறார்களே, உண்மையா?

முதியவர் : உண்மைதான். நடக்க முடியாதபடி இருமருங்கிலும் முட்களும், நடக்கும் பாதையில் கற்களும் நிறைந்து கிடக்கிறதே, எப்படிச் செல்வீர்கள்?

உ.வே.சா. : ஒற்றையடிப் பாதை இருந்தால் போதும். நாங்கள் நடந்து போய்விடுவோம். அந்த ஊருக்குப் போய்

வந்தால் எனக்கு ஐந்து வயது குறைந்தாற் போன்ற வலிமை வந்துவிடும்.

முதியவர் : என்னய்யா இப்படியெல்லாம் பேசுகிறீர்கள். தோற்றத்தைப் பார்த்தால் முடியாதவர் போல் இருக்கிறீர்கள். இதுபோன்றா பேசுவது?

உ.வே.சா. : மனவலிமை இருந்தால் மலையைக்கூட பெயர்த்து எடுத்து வந்துவிடலாம். பெரியவரே பதறாமல் வழியைச் சொல்லுங்கள்.

முதியவர் : உங்கள் ஆர்வத்தைப் பார்த்தால் எனக்கே மகிழ்ச்சியாக இருக்கிறது. அதோ அந்த வரப்பு மேலேயே கொஞ்ச தூரம் நடந்ததும், பிறகு ஒற்றையடிப் பாதை வரும். சென்று வாருங்கள்.

இராம : துணிச்சலும் நம்பிக்கையும் ஏற்படுகிறது, உங்கள் ஆர்வத்தைப் பார்க்கும்போது.

உ.வே.சா. : அங்கே போய் வரவேண்டும் என்பதில் எனக்கு உள்ள ஆவலை நீங்கள் அறிந்துகொள்ள முடியாது. ஏடுகள் கிடைக்கும் இடங்களுக்கெல்லாம் நான் போயிருக்கிறேன். யார் புலவர்களோ அவர்கள் வீட்டில் கிடைத்த ஏடுகள் திருத்தமாக இருந்தன. மற்றவர்கள் வீடுகளில் கிடைக்கும் நூறு ஏடுகளும் சரி, புலவர்கள் வீட்டில் கிடைக்கும் ஓர் ஏடும் சரி.

இராம : அப்படியா?

உ.வே.சா. : ஆம் ஐயா. மிதிலைப்பட்டிக் கவிராயர் வீட்டு ஏட்டின் பெருமையை நான் தெரிந்து கொண்டிருப்பது போல வேறு யாரும் தெரிந்துகொள்ள முடியாது. பட்டவனுக்கல்லவா அருமைப்பாடு தெரியும்.

இராம : நீங்கள் காணாத புதிய ஏடு அங்கே என்ன இருக்கப் போகிறது?

உ.வே.சா. : அதை எப்படி இங்கிருந்தபடியே சொல்ல முடியும்? எத்தனையோ நூல்களை நாம் இழந்து விட்டோம். இதுகாறும் கிடைக்காத நூல் ஏதாவது ஒன்று கிடைத்தால் போதுமே.

இராம : உங்களுக்கு இதுவரை கிடைத்த ஓலைச்சுவடிகள் முழுமையான அளவில் இருந்ததா?

உ.வே.சா. : இல்லை... எனக்குக் கிடைத்த நூல்கள் சிலவற்றில் சில பகுதிகள் காணவில்லை. பதிற்றுப்பத்தில் முதற் பத்தும் கடைசிப் பத்தும் கிடைக்கவில்லை. பெருங்கதையின் முற்பகுதியும் பிற்பகுதியும் கிடைக்கவில்லை. பரிபாடலில் பல பாடல்கள் கிடைக்கவில்லை. தகடூர் யாத்திரை, வளையாபதி, குண்டலகேசி போன்ற பழைய நூல்கள் கிடைக்குமா என்று நான் இன்னும் தேடிக் கொண்டிருக்கிறேன்.

இராம : என்றுமே கிடைக்காமல் போனால்...?

உ.வே.சா. : அதனால் நஷ்டம் ஒன்றும் இல்லை. கவிராயர் வீட்டில் ஒரு சுவடியும் இல்லாமலா போகும்?

இராம : அச்சில் வந்த புத்தகங்களில் நிறைய விடுதல் இருக்கலாம் என்று சொன்னீர்களே?

உ.வே.சா. : அச்சில் வந்திருக்கும் புத்தகமாக இருந்தாலும் அவர்கள் வீட்டுச் சுவடியில் திருத்தமான பாடங்கள் கிடைக்கும். கம்பராமாயணச் சுவடி இருந்தால் மிகவும் உபயோகமாக இருக்கும்.

இராம : தமிழ் அன்பர் ஒருவர் கார் அனுப்புவதாகச் சொல்லியிருந்தாரே. அதோ காரும் வந்துவிட்டது. இனி கவலை இல்லை, காரைச்சூரன்பட்டிக்குப் போய் சேர்ந்த மாதிரிதான்!

காட்சி - 3

பங்கேற்போர்: சாரதி (கார் டிரைவர்), உ.வே. சாமிநாதய்யர், இராமசாமி

சாரதி : ஒற்றையடிப் பாதையாக இருப்பதால் இதில் கார் போக வசதியில்லை. சுற்றிப் போய் பார்க்கலாமா?

இராம : (காரின் டிரைவரிடம்) தம்பி, பத்திரமாகக் கொண்டு சேர்த்து விடுங்கள். எப்படியும் இன்று காரைச்சூரன்பட்டிக்குப் போய் சேர்ந்துவிட வேண்டும்.

சாரதி : சரிங்க அய்யா, பாதைதான் சரியில்லை, முடிந்தவரை முயற்சிக்கிறேன்.

உ.வே.சா. : என்னப்பா திடீரென்று கார் நின்றுவிட்டது.

சாரதி : ஐயா, மன்னிக்கணும். இதற்குமேல் கார் போகும் நிலையில் பாதை இல்லை. இறங்கி நடந்து போனாலன்றி வேறு வழி இல்லை. என்ன செய்வது?

உ.வே.சா. : இதுவரையில் கொண்டு சேர்த்தது சந்தோஷம். இனிமேல் கால் இருக்கவே இருக்கிறது.

சாரதி : எங்கள் முதலாளியிடம் என்ன சொல்வது?

உ.வே.சா. : 'ஊருக்குப் பக்கத்தில் கொண்டு போய் விட்டுவிட்டு வந்தேன்' என்று போய்ச் சொல்லுங்கள். இல்லையேல் வருந்துவார்.

சாரதி : திரும்பிப் போக வேண்டாமா?

உ.வே.சா. : அதைப்பற்றி அந்த ஊருக்குப் போய் நம்முடைய காரியங்களை முடித்துக்கொண்டு யோசித்தால் போகிறது. நண்பரே நடக்கத் தொடங்குவோம்.

இராம : வெயிலாக அல்லவா இருக்கிறது. ஒரே பொட்டல் காடு. இன்னும் மூன்று, நான்கு மைல் இருக்கும் என்கிறார்களே, நான் நடந்து வருவது பற்றி கவலை

இல்லை. உங்களை நினைத்தால்தான் வருத்தமாக இருக்கிறது.

உ.வே.சா. : நான் நடப்பது புதிதல்ல... எத்தனையோ இடங்களுக்கு பல மைல்கள் நடந்த அனுபவம் எனக்கு இருக்கிறது நண்பரே, என்னைப் பற்றிக் கவலை வேண்டாம், வேகமாக நடந்து வாருங்கள்.

இராம : (மனசுக்குள்) இந்த வயதில் ஏட்டுககாக இப்படி அலைகிறார்களே, முன்பெல்லாம் எப்படி தேடி அலைந்திருப்பார்கள். தமிழே நின் சுவை போலில்லை!

காட்சி - 4

(காரைச்சூரன்பட்டியில்)

பங்கேற்போர்: உ.வே. சாமிநாதய்யர், இராமசாமி, இளைஞர்

உ.வே.சா. : மிகச் சிறிய ஊராக இருக்கிறதே. நாற்பது ஐம்பது வீடுகள் இருப்பதாகச் சொன்னார்களே, முதலில் கவிராயர் பெயர் முதலியவற்றை விசாரிக்க வேண்டும்.

இராம : ஆமா ஐயா. அதோ போகிறாரே ஒரு இளைஞர். அவரைக் கேட்போம். தம்பி... தம்பி, கொஞ்சம் நில்லுங்க.

இளைஞர்: ஐயா வணக்கம். நீங்கள் யாரைப் பார்க்க வந்திருக்கிறீர்கள்?

இராம : தம்பி... கவிராயர் வீட்டுக்குச் செல்ல வேண்டும். அவர் ஊரில் இருக்கிறாரா?

இளைஞர்: ஓ... புலவரா... இருக்கிறார், இருக்கிறார்.

உ.வே.சா. : இன்னும் எவ்வளவு தொலைவு இருக்கும்?

இளைஞர் : அதோ அந்த கோயில் கோபுரம் தெரிகிறதல்லவா? அதுக்கு எதிர்த்த வீடு. ஒரு பர்லாங் இருக்கலாம்.

உ.வே.சா. : தம்பி, அவருக்கு வயது என்ன இருக்கும்?

இளைஞர் : அறுபது அறுபத்தைந்து இருக்கலாம். படித்தவர் மட்டுமல்ல, பண்புள்ளவரும்கூட...

இராம : ஆஹா... நாம் அறிந்தது மாதிரி மரியாதைக் குரியவர் என்று தெரிகிறது. மிக்க நன்றி தம்பி, வருகிறோம்.

உ.வே.சா. : அவர் சொன்ன வீடு அந்த வீடாகத்தான் இருக்க வேண்டும். ஐயா... ஐயா...

(வீட்டுக்குள் இருந்து வெளியில் வந்த கவிராயரைப் பார்த்து வணக்கம் சொல்ல...)

கவிராயர் : வரவேண்டும்... வரவேண்டும்... தாங்களின் வருகை என்னை உவகை கொள்ள வைத்துவிட்டது. இந்தத் திண்ணையில் உட்காருங்கள்.

உ.வே.சா. : கவிராயர் ஐயா... மணி பதினொன்றுக்கு மேல் ஆகிவிட்டது. நாங்கள் புதுக்கோட்டையில் நீராடாமல் புறப்பட்டோம். நீராடிவிட்டு உணவு உட்கொள்ள வேண்டும். முதலில் சாப்பாட்டுக்கு ஏற்பாடு செய்யுங்கள். மற்றவற்றை எல்லாம் பிறகு பார்த்துக் கொள்ளலாம்.

கவிராயர் : வீட்டிற்குப் பின்புறம் கிணறு இருக்கிறது. நீராடிவிட்டு வந்து இவரைச் சமையல் செய்யச் சொல்லுங்கள். சாமான்கள் எல்லாம் தரச் சொல்லுகிறேன்.

உ.வே.சா. : சமையல் செய்ய வேண்டாம். ஏதாவது பழமும் பாலும் கிடைத்தால் போதும். உங்கள் வீட்டுச் சுவடிகளை பார்க்கும்படி செய்தால் ஒரு மாதம் சாப்பாடு போடுவதற்குச் சமானம்.

கவிராயர் : அப்படியெல்லாம் சொல்லக்கூடாது. நீங்கள் வராதவர்கள் வந்திருக்கிறீர்கள். உலகமெல்லாம் புகழும் உங்கள் பெருமையைத் தெரிந்து கொள்ளாத முட்டாளா நான்? இங்கே அவசியம் சமையல் பண்ணிச் சாப்பிடத்தான் வேண்டும்.

உ.வே.சா. : ஊருக்கு நடுவில் ஒரு கோயில் இருக்கிறதே... என்ன கோயில் அது?

கவிராயர் : மாரியம்மன் கோயில். நீங்க கிணற்றடிக்குக்கூட போக வேண்டியதில்லை. கூப்பிடு தூரத்தில் இருக்கும் கம்மாய்க்குச் சென்று நீராடிவிட்டு வாருங்கள், சுகமாக இருக்கும்.

இராம : கயிற்றுக் கட்டிலைப் போட்டு முதலில் ஐயாவைப் படுக்கச் செய்ய வேண்டும். அலுப்பாக இருக்கும் அவருக்கு.

கவிராயர் : நீங்கள் சொல்வதுதான் சரி. இதோ கயிற்றுக் கட்டிலை எடுத்துக்கொண்டு வருகிறேன். நீங்கள் முதலில் நீராடிவிட்டு வந்துவிடுங்கள். அதற்குள் அரிசி, பருப்பு, எண்ணெய், காய்கறி எல்லாம் கொண்டு வந்து விடுகிறேன்.

காட்சி - 5

(சாப்பாடு தயாராகி சாப்பிடத் தொடங்குகிறார்கள்)

பங்கேற்போர்: உ.வே. சாமிநாதய்யர், இராமசாமி, கவிராயர்

இராம : ஐயா, சாப்பிடலாமா?

உ.வே.சா. : இரண்டு பேரும் ஒன்றாகவே உட்காரலாம்.

இராம : இல்லை, இல்லை... முதலில் உங்களுக்கு பரிமாறிவிட்டு பிறகு சாப்பிடுகிறேன். ஏதோ முடிந்தவரை சமைத்திருக்கிறேன். சாதம் 'களி'யாக மாறிவிட்டது, மன்னிக்க வேண்டும்.

உ.வே.சா. : நன்றாக இருக்கிறது. குழைவாக இருந்தால் என்ன? உங்கள் மனசுபோல... புளிச்சாறு வாசனை வருகிறதே. அதைக் கொஞ்சம் கூடுதலாக விடுங்கள். பசி ருசியறியாது என்பார்களே... அது எவ்வளவு உண்மை. இந்தச் சூழலில் இது தேவாமிர்தம் அல்லவா?

இராம : ஐயா, எத்தனையோ செல்வர்களுடைய இல்லங்களில் அறுசுவை உண்டியை 'உண்ணுங்கள், உண்ணுங்கள்' என்று உபசரிக்க, விருந்துண்ணும் தாங்கள் நான் குழைத்து வைத்த சோற்றையும் கொதிக்க வைத்த புளிச்சாற்றையும் நன்றாக இருக்கிறது என்று சொல்லி உண்கிறீர்களே!

உ.வே.சா. : நண்பரே... சாப்பாடு முக்கியமல்ல... அது மட்டிலும் சாப்பிட இதுவாவது கிடைத்ததே என்று ஆறுதல் அடையுங்கள். இவ்வளவும் எதற்காக? காரைச்சூரன்பட்டியில் தமிழ்மகளின் அணி ஏதாவது கிடைக்காதா என்பதுதானே நமது எண்ணம்.

இராம : உண்மைதான் ஐயா, இதற்காகவே முதுமையிலும் நடையையும் பசியையும் பொருட்படுத்தாமல் வந்திருக்கிறோம்.

உ.வே.சா. : ஆமா ஆமா... அதோ கவிராயர் வீட்டுப் பெண் பிள்ளைகள் வருகிறார்கள். கூடவே கவிராயரும் வருகிறார். நன்றாகச் சாப்பிட்டதாகச் சொல்ல வேண்டும். வாருங்கள் கவிராயரே.

கவிராயர் : உணவு நிறைய மீதமிருப்பதாகத் தெரிகிறதே... சரியாகச் சாப்பிடவே இல்லை போலிருக்கிறதே.

உ.வே.சா. : நன்றாக பசித்து உண்டேன். இவருக்கு சமைத்துப் பழக்கம் இல்லை. ஆனாலும் குற்றம் இல்லை. உங்கள் வீட்டுத் தயிர் நன்றாக இருந்தது. எப்போது சுவடிகளைப் பார்க்கலாம்?

கவிராயர் : இங்கே அதிகமாகச் சுவடிகள் இல்லை. சிறப்பாகச் சொல்லும்படி ஒன்றும் இல்லை. நீங்கள் சிரம பரிகாரம் செய்து கொள்ளுங்கள். சுவடிகளை யெல்லாம் எடுத்து வைக்கிறேன். பிறகு பார்க்கலாம்.

காட்சி - 6

பங்கேற்போர்: உ.வே. சாமிநாதய்யர், இராமசாமி, கவிராயர்

கவிராயர் : ஐயா நன்றாக துயின்றீர்களா? நீங்கள் கேட்டுக்கொண்டபடி சில ஏட்டுச் சுவடிகளைக் கொண்டு வந்திருக்கிறேன். இந்தக் கோணிப் பையில் அவை இருக்கிறது. பார்த்து தேவை யானவற்றை எடுத்துக் கொள்ளுங்கள்.

உ.வே.சா. : நண்பரே, அந்தப் பையிலிருப்பதை எடுத்து வையுங்கள். பார்ப்போம்.

இராம : இதோ ஐயா, அப்படியே செய்கிறேன்.

உ.வே.சா. : என்ன இது... எல்லாமே அச்சிட்ட புத்தகங் களாகவே இருக்கிறதே. கம்பராமாயணப் பிரதியாவது இருக்கும் என்று நினைத்தோம்... இவ்வளவுதானா உங்கள் வீட்டுச் சுவடிகள்? வேறு ஏதாவது பரணில் இருக்கிறதா?

கவிராயர் : (தயக்கத்துடன்) பரணில் ஏதோ இரண்டு மூன்று சுவடிகள் இருக்கின்றன. ஏறி எடுக்க ஆளைத் தேட வேண்டும்.

உ.வே.சா. : என்னைவிட நண்பர் சிறுபிள்ளைதானே? இவர் ஏறி எடுப்பார். நீங்கள் இருக்கிற இடத்தைக் காட்டுங்கள்.

கவிராயர் : ஐயா, வாருங்கள் இல்லம் செல்லலாம்.

இராம : பழைய காலத்து கட்டு வீடு. இப்ப, இம்மாதிரி பலகையால் வேயப்பட்டு அழகாக அமைக்கப் பெற்ற பரண் உள்ள வீடு மிகக் குறைவே.

கவிராயர் : ஆம் ஐயா, ஏணி வைத்துத்தான் ஏறணும். இதோ ஏணி, மெதுவாக ஏறி பரணில் உள்ள சுவடிகளை எடுங்கள்.

இராம : (மேலே ஏறி) ஒரு சுவடிக் கட்டு மட்டுந்தான் இருக்கிறது.

கவிராயர் : நன்றாகத் தேடிப் பார்த்தீர்களா?

இராம : வேறு ஏதுமில்லை ஐயா.

கவிராயர் : இதைக் கொண்டுபோய் ஐயாவிடம் சேர்ப்பித்து விடுங்கள்.

இராம : ஆகட்டும் ஐயா.

உ.வே.சா. : நண்பருக்கு சிரமம் கொடுத்து விட்டேன். மன்னிக்க வேண்டும்.

இராம : பெரிய வார்த்தைகளையெல்லாம் சொல்லாதீர்கள். ஐயா, தாங்களோடு இணைந்து இந்தப் பணி செய்வதற்கு கடவுள் என்னைப் பணித்திருப்பது என் பேறு.

உ.வே.சா. : (ஏடுகளை பிரித்துப் பார்க்கிறார்) உருப்படியாக ஒன்றும் இல்லை. 'பிரான்மலைப் புராணம்' இருக்கிறது. இது முன்பே என்னிடம் உள்ளது.

இராம : ஐயா, அதோ கவிராயர் வருகிறார்.

உ.வே.சா. : வாங்க கவிராயர் அவர்களே, உங்கள் வீட்டில் இந்தச் சுவடிகள் மட்டுமா இருந்தன? இன்னும் நிறைய இருக்க வேண்டுமே!

கவிராயர் : அந்தக் காலத்தில் வைத்திருந்தோம். அப்புறம் யார் யாரோ எடுத்துக்கொண்டு போய்விட்டார்கள்.

இப்போதுதான் அச்சுப் புத்தகம் வந்துவிட்டதே. சுவடியை யார் தீண்டுகிறார்கள்.

உ.வே.சா. : உங்கள் குடும்பம் பெரும் புலவர்களின் குடும்பம். சிறந்த புகழ்பெற்ற குடும்பம். நான் உங்கள் வீட்டுக்கு முன்பே ஏடு தேடி வந்திருக்க வேண்டும். அப்போது வந்திருந்தால் ஏதாவது கிடைத்திருக்கும்.

கவிராயர் : ஆமாம், அப்போது சுவடிகள் இன்னும் நிறைய இருந்தன. நீங்கள் வந்திருந்தால் பார்த்திருக்கலாம்.

உ.வே.சா. : உண்மைதான். அந்த நாளில் நான் இங்கே வரவில்லை. மிதிலைப்பட்டிக்கு வந்தவன் இங்கே வந்திருக்கலாம். என் துரதிருஷ்டம். இங்கே வரச் சௌகரியப்படவில்லை. இப்போது சௌகரியப் பட்டது, வந்தேன். ஒன்றும் கிடைக்கவில்லை. வெறும் கையோடு போகிறேன்.

கவிராயர் : நீங்கள் இங்கே வந்து நன்றாகச் சாப்பிடக்கூட முடியவில்லை. அது எனக்கு மிகவும் வருத்தமாக இருக்கிறது.

உ.வே.சா. : பட்டினியாக ஒரு வாரம் கிட என்றாலும் கிடந்திருப்பேன். ஒரு சிறிய ஏட்டுச்சுவடி உபயோகமுள்ளதாகக் கிடைத்தால் போதும். நான் எவ்வளவோ ஆவலாகத்தான் வந்தேன்.

கவிராயர் : வயதான காலத்தில் இப்படியெல்லாம் தமிழுக்குத் தொண்டு செய்யும் தாங்களுக்கு நீடித்த வரலாறு உண்டு என்பது திண்ணம்.

உ.வே.சா. : இந்த வயசில் இப்படியெல்லாம் போகக் கூடாது என்று அன்பர்கள் சொன்னார்கள். ஏதாவது புதையல் கிடைக்கலாமென்று வந்தேன். உங்களைக் கண்டது சந்தோஷந்தான். மறுபடியும் நான் இந்த மாதிரி மூலையில் உள்ள ஊர்களுக்குப் போக முடியாது.

கவிராயர் : இவ்வூரின் மகத்துவம் அறிந்துகொண்டது எப்படி?

உ.வே.சா. : இந்த ஊரைப்பற்றி அறிந்து வைத்திருந்தேன். இந்தப் பக்கங்களில் காடும் செடியும் காரிகை கற்றதாகப் படிக்காசுப் புலவர் பாடியிருக்கிறார். அதனால்தான் ஆசையோடு வந்தேன். இனி இத்தகைய பிரயாணத்தை நான் எங்கே மேற்கொள்ளப் போகிறேன்! நான் போய் வருகிறேன்.

இராம : ஐயா... தாங்கள் உபசரிப்பிற்கு மிக்க நன்றி.

கவிராயர் : ஐயா... இரட்டை மாட்டு வண்டி ஏற்பாடு செய்திருக்கிறேன்... மறுக்காமல் அதிலேயே பயணம் செய்ய வேண்டுகிறேன்.

உ.வே.சா. : (வண்டி ஓட்டியிடம்) நண்பரே, நன்றி. என்றும் கடப்பாடு உடையவர்களாக இருப்போம். கவிராயர் அவர்களிடம் சொல்க. புதுக்கோட்டையிலிருந்து நாங்கள் ஊருக்குப் போய் மறுநாள் மறுபடியும் ஏடுகள் தேடும் பணியைத் தொடர வேண்டும்.

✷